धंदी

महादेव मोरे

मेहता पब्लिशिंग हाऊस

Please contact us at **Mehta Publishing House Pvt. Ltd.**
✆ +91 020-24476924 / 24460313 / Mob. No. 9545000513
Email : production@mehtapublishinghouse.com
Website : www.mehtapublishinghouse.com

- *या पुस्तकातील लेखकाची मते, घटना, वर्णने ही त्या लेखकाची असून त्याच्याशी प्रकाशक सहमत असतीलच असे नाही.*

BALI by MAHADEV MORE

बळी : महादेव मोरे / कादंबरी

author@mehtapublishinghouse.com

संस्थापक : सुनील अनिल मेहता

प्रकाशक : मेहता पब्लिशिंग हाऊस प्रा. लि.
१९४१ सदाशिव पेठ, माडीवाले कॉलनी, पुणे – ३०.

मुद्रक : ट्रिनिटी अ‍ॅकॅडमी फॉर कॉर्पोरेट ट्रेनिंग लिमिटेड

मुखपृष्ठ : चंद्रमोहन कुलकर्णी

प्रकाशनकाल : जून, १९७२ / ऑक्टोबर, २००६ / मेहता पब्लिशिंग हाऊस प्रा. लि. यांची तृतीय आवृत्ती : डिसेंबर, २०२२

किंमत : ₹ २२०

P Book ISBN 9789395477888
E Book ISBN 9789395477949
E Books available on : amazonkindle Apple Books Google Play Books

---

माझा पहिला कथासंग्रह
'तुझी कथा माझे शब्द'चे प्रकाशक
कै. कृ. रा. उर्फ मामासाहेब देसाई
आणि
ज्यांच्या प्रेरणेने तो निघाला ते
निपाणीचे वार्ताहर श्री. आर. बी. देसाई
यांना सादर अर्पण

वाङ्मय प्रांतात आजवर मी जी
सात पाऊले वाटचाल केली
त्यांमागे आपुलेच शुभाशिर्वाद
कारणीभूत आहेत!

– महादेव मोरे

मनोगत

ज्या कथावस्तूने दोन वर्षे मला अक्षरश: झपाटून टाकले, ती या 'बळी' कादंबरीत शब्दांकीत करण्याचा प्रयत्न केला आहे.

कादंबरी लिहून पूर्ण केल्यावर आज डोक्यातील वादळ शांत झाले आहे. आज मी मुक्त आहे. स्वत:वरील जबाबदारी पार पाडल्यावर जे एक प्रकारचे समाधान वाटत असते, त्याचा आता अनुभव घेत आहे.

माझ्या या पूर्वीच्या 'पाव्हणा', 'एकोणीसावी जात', 'पनोती' व 'रैत' या कादंबऱ्यांचे पुष्कळ वाचकांनी आणि लेखन मित्रांनी भरघोस स्वागत करून आपली खुशी अनेक पत्रांतून कळवली. 'बळी' लिहिण्यामागे हे उत्तेजन, ही प्रेरणा आहे. त्यांना 'बळी'ही आवडली तर घेतलेल्या श्रमाचे सार्थक झाले, असे मी समजेन!

– महादेव मोरे

एक

दुपार. रमरमत असलेलं ऊन. लांबचं रनिंग काटून आलेल्या मोटरीच्या सायलेन्सरसारखे गरम झालेले गॅरेजवरील पत्रे. एकच कार आत मावेलसं गॅरेज. उंचीही तेवढीच. अशा दुपारी काम करताना वैताग यायाचा, जीव नकोसा होऊन जायचा, घशाला कोरड पडायची आणि खूप खूप तहान लागायची. पाणी किती पिऊ किती नको, असं होऊन जायचं. गेल्या बाजारी आणलेला गेळा कालच फुटला होता. व्हॉलग्रायंडिंगसाठी आणलेली आपली वॉक्झल रामू रिव्हर्सनं आत घालत होता; अन् मागच्या चाकाचा धक्का लागताच गेला भळांग! आता हॉटेलकडे पाणी प्यायला जावं, तर ते दीड-एक फर्लांगवर. तिथवर जायचाही कंटाळा आलेला. विलक्षण उकाड्यानं मरगळून गेल्यागत वाटत असलेलं; आणि तहान तर लागलेली... शेजारी मागावं का? रतनकडे? एक घर ओलांडलं की तिचं घर... लगतच्या घरात म्हातारा चौगुले राहत होता. त्याची बायको खाष्ट. पाणी मागितल्यावर देईलही; पण कपाळावर सत्रा आठ्या घालील... तेव्हा पलीकडच्या रतनकडेच जावं झालं... गेला, आणि त्याने दाराबाहेरून हाक मारली,

"कोण आहे घरात?"

"कोण आहे ते?" आतून पृच्छा आली. आवाज रतनचाच.

"मी– रामू मेस्त्री..."

"काय पाहिजे?"

"थोडं पाणी हवं होतं प्यायला..."

"थांब हं, आणते..."

आणि थोड्याच वेळात तळहातावर भरलेला

तांब्या तोलत वाऱ्याच्या लहरीगत सहजपणे ती बाहेर आली, मग गुलमोहराच्या डहाळीगत हात पुढे झाला, अन् तोंडातून नादमय शब्द बाहेर पडले,

"हं, हे घे बाबा!"

त्याने तांब्या उचलला, तशी ती हसून म्हणाली, "आमच्यात पाणी फार महाग आहे हं!"

यावर तोंडातला घुटका गिळत त्यानं म्हटलं,

"असू दे की; त्याची किंमत देऊ आम्ही!" आणि पुरा तांब्या घशात रिचवून तिच्याकडे देत म्हणाला, "हं हे धर;" अन् मग ओले तळवे डोळ्यांवरून फिरवून त्यांना ओलावा देत समाधान व्यक्त केलं, "पाणी दिलंस बरं झालं; सगळं गारेगार झालं बघ!" नि विचारलं, "कशातलं, डेरक्यातलं का?"

"नाही, बिंदगितलं."

"तरीच!" ओळखल्याच्या आवाजात त्याने उद्‌गार काढला नि मग सहजशी चौकशी केली, "काय गं, आज शाळा नाही का तुझी?"

"आहे तर! दुपारची सुट्टी झालीय, जेवायला बसले होते तोवर तू आलास!"

"म्हणजे ताटावरून उठून आलीस तर!"

"मग काय करायचं तर?"

"सरळ 'नाही' म्हणायचं!"

"असं कधी झालंय का? तहानलेल्या माणसाला पाणी वाढणं हा धर्म आहे..." म्हणाली व आत वळली.

आणि तो गॅरेजकडे...

मग असं कधीमधी होऊ लागलं... तहान लागली, की तो पाणी प्यायला जायचा. केव्हा ती असायची, केव्हा आजी, तर कधी मावशी...

आईने फक्त तिला जन्म दिलेला; पण वयाची बारा-तेरा वर्षं संपत आली, तरी इथेच आजोळी ती वाढली, मोठी झाली... तिच्या घरी विधवा आजी, परित्यक्ता मावशी आणि धाकटा मामा इतकीच माणसं... आजी व मावशी तंबाखूच्या वखारीत कामाला जायच्या, नि मामा जायचा साळी गल्लीतील मागावर...

आणि ती प्राथमिक शाळेत, सातवीच्या वर्गात... निळा परकर,

पांढरं पोलकं– हा शाळेचा गणवेश. उजव्या हाताने वह्या-पुस्तके छातीशी घट्ट धरलेली, पायातले स्लीपर चट्पट् वाजत आसलेले– अशी ती गॅरेजवरून शाळेला जायची. दोन वेण्या केव्हा लांब सोडलेल्या, केव्हा मध्ये दुमडून वर बांधलेल्या; कधी एक पुढे, एक मागे; तर केव्हा दोन्हीही पाठीवर झुलत-डुलत असलेल्या... मावशीच्या मते हा छचोरपणा होई; ती रागावू लागली, की मग एकच वेणीची पेड पाठीवर लोंबकळत राही... मावशीचा राग निवळल्यावर परत दोन वेण्या नाचू लागत... मुगवटाविना भुंड्या दिसणाऱ्या नाकावर पूर्वीचाच दिमाख यावयाचा; आणि बदामी डोळ्यांत परत चांदपाणी झळाळू लागायचं. तिचा थोराड बांधा वर्गातील मुलींत उठून दिसायचा. मैत्रिणींच्या घोळक्यातून ती शाळेला निघाली की, तिच्याहून त्या किती खुज्या व लहानशा वाटत!

अशीच एक चुकार दुपार. नुकताच तो जेवून आलेला. त्यामुळं साऱ्या शरीरभर सुस्ती साकळलेली. त्यामुळे गॅरेजच्या तोंडाला, वाऱ्याच्या अपेक्षेने बाकडं टाकून, तो असाच लवंडला होता. त्याच्या हाताखाली काम करणारी जान्या व नझीऱ्या ही पोरं, तो गॅरेजमध्ये येताच जेवायला पसार झाली होती. गॅरेजबाहेर खोललेल्या गाड्या दात विचकून व तंगड्या वर करून तशाच पडलेल्या होत्या. ड्रायव्हर व क्लीनर, कुणी कुठं– कुणी कुठं असं गेलं होतं. सस्पेन्शल बुशिंग बसवायला आलेल्या ॲम्बेसिडरचा ड्रायव्हर गोपा तेवढा मागील गादीवर पासललेला होता. अशी सर्व आलबेल झालेली... बाहेर बाकडं टाकल्याने वाऱ्याची एखादी चुकार झुळूकली येत होती. मघा चापलेल्या मटणाची सुस्ती शरीराप्रमाणे डोळ्यांवरही चढलेली. त्यामुळे डुलका लागणार, एवढ्यात हाक आली,

"रामू, ये रामू!"

अगदी ओळखीचा आवाज. रतनचा! डोळे खाडकन उघडले! हे अगदीच अनपेक्षित. रतन नि इथे? स्वप्न तर नव्हे? छे:! स्वप्न नव्हे, सत्य... "का गं, का आलीस?" तो बाकड्यावर उठून बसला. "बघ बरं, माझी कापडं किती मळलीत ती!" आणि आपल्या अंगावरील पोपटी पातळ त्याला दाखवीत ती म्हणाली, "असंच राहायचं का मी? साबणाला पैसे तरी दे, धुऊन आणते!"

तिनं असा आपणावर हक्क दाखवावा...? त्याला फार फार बरं

वाटलं. एक अनामिक समाधान आतल्या आत झिरपत पसरत राहिलं... अशाच तिने आपल्या गरजा सांगत राहाव्यात नि त्या आपण पुऱ्या करीत राहाव्यात...असं हे वागणं किती सुखाचं...

त्यानं खिशातून अधेली काढून म्हटलं,

"हं, हे घे!"

"एवढं! इतकं कशाला?" तिला खूप आश्चर्य वाटलं.

"माझ्याकडं तर मोड नाही!"

"माझ्याकडं आहे की, ही धर!"

"म्हणजे, तुझ्याकडे पैसे असूनही मघा खोटं बोललीस म्हणेनास!"

"हे एवढे पाचच पैसे होते, त्यात कुठला आलाय साबण?" त्याच्या हातावरील अधेली घेऊन तिनं पाच पैशाचं नाणं त्याच्या तळव्यावर टाकलं...

"अगं, हे मला कशाला देतेस?"

"राहूं दे तुला– घे!"

"चांगली शाहू महाराजांची देणगी बघ ही! ह्यात शिंगल चहाही येत नाही!"

"चहाच प्यावा, असं कुठं आहे? पानाला नाहीतर सिग्रेटीला उपयोगी होतीलच की!" म्हणाली आणि हसत निघून गेली...

निघून गेली; पण गालावरील खळी तेवढी जशी न् तशी नजरेसमोर दिसाय लागली... झोप तर पार उडाली अन् केवळ तेच तेवढं आठवत राहिलं...

हे असं का? समजेना, कळेना...

कधी ती शाळेला जायची, केव्हा शाळेहून परत यावयाची, कधी धान्यधुन्य, माळवं वगैरे आणावयासाठी बाजारात जायची, कधी अवजड पिशव्या दोन हातांनी तोलत परत यावयाची. हा तेव्हा कामात. कधी गाडीखाली पडून नटं आवळीत असलेला, कधी बॉनेटमध्ये डोकं खुपसून टायमिंग वा व्हॉल्व्हसेटिंग करीत असलेला, तर कधी ओव्हर ऑइलिंगसाठीं खाली घेतलेल्या मशीनचें हॉलग्रायंडिंग किंवा मेन व कनेक्टन बेअरिंग रेडीस करीत असलेला, सहजगत्या बाहेर नजर गेली, आणि त्यावेळी ती अशी कुठे जात-येत असलेली दिसून आली की, ती होऊन हसायची, कुणी पाहणार-बघणार नाही, याची सावध जाणीव

ठेवून केलेलं असं ते चोरटं, खळीदार हास्य...

वाटायचं, ते हास्य, ती खळी– फक्त आपल्यासाठी, आपल्याकरिता, आपलीच...

मग आपलेही ओठ कसे नि केव्हा विलग व्हायचे, ते त्याचं त्यालाही कळत नसायचं...

दिवस असे नि कसे सरसरसर संपत-सरत चाललेले, समजूनच येत नव्हते– त्याला व तिलाही.

आणि मग एके दिवशी ध्यानी-मनी-स्वप्नीही नव्हतं, असं घडलं. तिच्याच वर्गातील तिची एक मैत्रीण. दहा-अकराच्या उमतीची. एवढीएवढीशी खारीगत सुळकन् कशी, केव्हा आली, समजलंच नाही.

"हे रतननं दिलंय!" म्हणाली, आणि अभावितपणे पुढे झालेल्या त्याच्या हातात काहीतरी कोंबून आली तशीच सुळकन् पळून गेली!

बघितलं, तर वहीच्या पानाची छोट्यात छोटी घडी केलेली एक... एक चिठ्ठी? होय चिठ्ठीच! नक्कीच! दुसरं काय असणार?

त्याचं काळीज लक्कन् हललं, नि मग उगीच धडधडू लागलं. एका सुंदर मुलीकडून आलेली पहिली चिठ्ठी, पहिलं पत्र! बावीस-तेविशीचं आपलं हे छोटंसं आयुष्य, यात असं कधी घडलं नव्हतं. आयुष्याच्या या छोट्याशा गालिच्यावर कुणी अशी कोवळी सुंदर पोर गुलाबी पावलं उमटवायला आलीच नव्हती... आपणावर कुणी असं खुश होईल, आपणावर कुणीतरी असं नि इतकं भाळेल– असं वाटलंच नव्हतं कधी!

इतके देखणे आहोत आपण? मोबाइल, शॅइल, ग्रीस, ब्रेकॉइल, रॉकेल-पेट्रोल आदीचे अगणित डाग पडलेले व असंख्य वेळा मोटारींखाली कामासाठी लोळावं लागल्याने धुळी-मातीने भरलेली ही आपली कापडं... गोंधळ्यागत काळामिचकुट असा आपला हा अवतार... कुणी खुश होऊन जाईलसं काय आहे आपल्यात? तिनं तरी काय पाहिलं म्हणावं? –समजेना, कळेना!

चिठ्ठीत काय होतं, काय असेल? –समजेना, कळेना... हुरहुर, उत्सुकता... कामातून फुरसत होताच गॅरेजमधील गाडीत पिछाडीच्या गादीवर तो बसला. खिशातून चिठ्ठी काढली, वाइसने हात पुसले, तरी बोटांचे काळपट ठसे कागदावर उमटलेच... सातवीत शिकणाऱ्या मुलीचं असावं तसं हस्ताक्षर– वेडंवाकडं, बऱ्याचशा व्याकरणदोषांनी

भरलेलं, अन् ओळीओळींत खाडाखोड असलेलं... अडखळत, थांबत, वाचत तो अर्थाचे मणी ओढू लागला...

पत्र वाचल्यापासून तो बेचैन झाला... एखाद्या मुलीचं असं काहीतरी पत्र आल्यावर जी काही गोड हुरहुर वाटायला हवी होती, अंगभर मोरपीस फिरल्यागत वाटायला हवं होतं; पण तसं काहीच वाटलं नाही; तर तो विचारात पडला, अन् विचार करीतच राहिला... पत्रात रतननं आपलं प्रेम व्यक्त केलं होतं... तिला आता काय उत्तर द्यायचं? काय सांगायचं? काय कळवायचं? एक दिवस नि एक रात्र– मनात हेच प्रश्न फिरत-घुमत राहिले... पत्राला उत्तर दिलं नाही, तर ती भलताच अर्थ करून बसेल... काय करावं? गप्प बसावं की उत्तर द्यावं? कुणी आपणासारख्या माणसावर प्रेम करील, असं स्वप्नातही वाटलं नव्हतं. आजवरचं आपलं खडतर आयुष्य एस.एस.सी.पर्यंतचं हालअपेष्टातील शिक्षण, नि त्याचा परिणाम म्हणून परीक्षेत आलेलं अपयश. पुढे काय? विचार करायला वेळ नव्हता नि परिस्थितीही. नोकरी कुठे नि कशी मिळवायची, कळत नव्हतं. हुडागत वाढलो; पण मिळकत काडीचीही नाही. एक प्रकारची खंत मनाला कुरतडत असलेली. या चमत्कारिक अवस्थेतून सुटण्याचा मार्ग म्हणून शेताभातात रोजगार धरला. 'हा इतका शिकलेला... आणि हे असं...' लोक चुकचुकत, ते आणखी जास्तच जिवाला लागे. त्या कष्टाच्या कामाची हाताला नसलेली सवय. त्यामुळे फोड आले, फुटले. त्या ठिकाणी घट्टं पडली. मिरली. दगडागत हात झाले. तसंच मनही... असेच काही दिवस गेले; आणि गावातील रामराव मेस्त्रीच्या मोटार रिपेअरी वर्कशॉपमध्ये आपण शिकाऊ उमेदवार म्हणून राहिलो. आठवड्याला खच्चून दहा रुपड्या पगार. काम दिवसभर. केव्हा केव्हा रात्रपाळीही. तिथल्या मेस्त्रींच्या हाताखाली पडेल ती कामे केली. रॉकेल, पेट्रोल, डिझेल मोबाइल, ब्रेकॉइल या तेलांत आपणाला तळून काढलंय, असं सुरुवातीला वाटे. रॉकेल वा पेट्रोल लागलेले हात कितीही स्वच्छ धुतले, तरी जेवताना तो परिचित तेलकट वास घासाघासाला आपण पोटात घालतोय अशी भावना होऊन उन्मळून येई... नंतर हे सर्वही अंगवळणी पडलेलं.

रामराव मेस्त्रीच्या येथेच आपण काम शिकून मेस्त्री झालो, तरी पगार म्हणावा तसा नव्हता. उमेदवार म्हणून राबत होतो तेव्हा दहा

होता, तो फक्त आता पंचवीस झाला होता, इतकंच. उभा जन्म घालविला असता, तरी या बे एके बेच्या पाढ्यात काही फरक पडला नसता; म्हणून तिथून निघून स्वत:चं गॅरेज घालायला हवं होतं... चिकाटी धरली, एक एक हत्यार गोळा केलं. जमेल तशा पैशातून जमेल तेव्हा... रामराव मेस्त्रींच्यात काम करताना काही चांगल्या मोटारवाल्यांच्या ओळखी झालेल्या. त्यांचा आपणावर, आपल्या कामावर जबर विश्वास. नवीन गॅरेज घातल्यावर या लोकांच्या गाड्या कामाला येऊ लागल्या; तशाच काही खत्रूड लोकांच्याही! उधारी पडे. वसुलीच्या वेळी भांडणं व वाद. वाटे, अशा दनकदार मोटारवाल्यांची कामं करायची नकोत! पण नाइलाज होई. एखाद्या वेळी काम नसे. बेकार फाके मारीत बसण्यापेक्षा अशी कामं करून केव्हा ना केव्हा थोडे का होईना पैसे वसूल करता येतील, हा विचार येई. रात्र रात्र जागून, उपाशीपोटीही कित्येक वेळा आपण कितीतरीजणांची कामं केली; आणि कित्येकांनी आपणास पैशाला बुडविले... अशा वेळी डोक्याला फार ताप होई आणि या साऱ्यापासून सुटण्यासाठी आपल्यापुरता आपण मार्ग शोधलेला– वाचनाचा. पुस्तकांच्या जगात एकदा शिरलं की, बाहेरील रुक्ष, व्यवहारी जगाचा कसा विसर पडे!

शाळा सुटल्यानंतर अशी रखडपट्टी झालेली; नंतर गॅरेज घालून रांकेला लागलेलो. असा मुलगा अविवाहित राहणं म्हणजे पाप समजत असावेत; त्यामुळंच आपलं काही महिन्यांपूर्वी लग्न ठरलं; पण शेवटचा मुहूर्त हुकल्याने ते पुढील वर्षावर ढकललं गेलं... असा आपण प्रेम करण्याचा हक्क गमावून बसलेलो... तशी रतनबद्दल आपणास फार फार आपुलकी वाटते; पण त्यालाच प्रेम समजायचं? आपली ही सर्व परिस्थिती तिच्यापासून लपवून तिला फसविता, भुलविता येईलही... पण असं वागून तिचं कोवळं आयुष्य बरबाद करण्याचा काय हक्क आहे आपणाला? हे सगळं, कुठंतरी, काहीतरी चुकत होतं. मन आवरायला हवं तिनं. ते आपणाकडे ओढ घेत असेल, तर दिशा चुकलीय.

तिला भेटून हे सर्व सांगताही येईल; पण आपली भेट व्हायची ती तिच्या घरी आणि तिथं काही जरी बोललं तरी शेजाऱ्यांना ऐकू जातंय; कारण मध्ये तट्ट्याचा फक्त आडोसा. बाहेर कुठे भेटावं, तर लोकांच्या

संशयी नजरा... म्हणून हे सर्व आपणाला लिहूनच कळवायला हवं... स्पष्ट असं. काहीही लपवून न ठेवता. अन् तेच योग्य आहे...

उधारीची वही त्याने पुढे ओढली, पेन घेतला. वहीची कोरी पाने उघडली, नि झरझर लिहू लागला. मनातलं वादळ कोऱ्या पानांवर आकार घेऊ लागलं...

लिहिलेलं दीर्घ पत्र तिला दिल्यानंतर त्याला एक प्रकारचं समाधान वाटलं. सर्व सत्य परिस्थिती आपण तिला कळविली, हे एक बरं झालं. मग वाईटही वाटू लागलं. कदाचित आयुष्यात ते पहिलंच प्रेमपत्र तिने लिहिलं असेल; अन् अशा वेळी आपण तिला फटकारायला नको होतं... तर मग काय करायला हवं होतं? ते पण नीटसं समजत नव्हतं. गप्प राहणंही जमलं नसतं आपणाला व असत्य लिहिणंही स्वभावात नव्हतं... मारी, हे नाही ते झंझ्याट मध्येच निघालं म्हणायचं! यापूर्वीचं आपलं आयुष्य कसं सरळ रेषेत चाललं होतं, आणि आताच हे असं... देवाच्या मनात आहे तरी काय? घडणार तरी काय आहे? ही सुखाची नांदी की दुःखाची सुरुवात? –मन व्यग्र झालं...

दोन-एक दिवस अशामध्येच गेले... आणि तिसऱ्या दिवशी तिचं पुन्हा एक पत्र आलं.

तूं मनात काहीही लपवून न ठेवता सांगितलंस, तसंच मीही. तुझं लग्न ठरलंय, हे मलाही माहीत होतं. तुला बिघडवावं म्हणून हे तुला मी सांगितलं नाही; तर खुद्द मलाच राहवलं नाही, म्हणून सांगितलं... तू लग्न करून घे. सुखी राहा. तू गेले दोन दिवस पाणी पिण्यासाठी का आला नाहीस? रागावलास होय या गरीब मुलीवर?

वाचून जिव्हारी झोंबलं. विशेषतः शेवटचा प्रश्न. अरे, मी कशाला रागावू तुझ्यावर, रतन? आणि का? वेड्या पोरी, मी रागावीन का कधी तुझ्यावर? कुणाकडे तरी मन ओढ घेणं, प्रेम बसणं– हे तर सारं नैसर्गिक... मनात असं सुरू झालं, आणि तो दुपारी गेला.

रतन दुपारच्या दोनच्या सुट्टीत शाळेहून आली होती. जेवत होती. तो आल्याचं पाहून उठली, बाहेर आली. चेहऱ्यावर आनंद ओसंडत असलेला. डोळ्यांतील चमक यामुळेच आली असेल? हां, तसंच असावं... बघून बरं वाटलं. एक प्रकारचं समाधानही. माच्यावर बसत त्यानं विचारलं,

"जेवत होतीस का?"

"होय."

"मग ताटावरून उठायची काय जरुरी होती एवढी?"

"तुला पाणी हवंय ना– प्यायला?"

"मी रोज असाच पाणी प्यायला यावा, असं वाटतं का तुला रतन?"

यावर ती काही बोलली नाही. मौनाची बाधा व्हावी, तशी खालच्या भुईत- फुटक्या कप-बश्यांचे शुभ्र तुकडे बसविलेले त्यावरून- डाव्या पायाचा अंगठा ओढीत तशीच मूक राहिली.

"माझ्या प्रश्नाचं उत्तर दिलं नाहीस, रतन! मी काय समजायचं?" आणि तिच्या बोलण्याची क्षणभर प्रतीक्षा करून परत तोच म्हणाला, "हे असंच चाललं, तर ते बरं दिसेल का रतन? लोक काय समजतील? काय कल्पना करतील?"

"कुणाच्या बापाचं खाऊन आपण काय मिंधे आहोत का? इतकं काय भ्यायचं लोकांना? लोक चांगल्याच्या नावाने ओरडतात, आणि वाइटाच्याही. त्यांचा तो स्वभावच असतो!"

"रतन, अजून लग्न व्हायचंय तुझं!" दोन्ही बाजूंच्या तट्ट्याच्या पार्टीशनचं भय मनात बाळगीत केवळ तिलाच ऐकू जाईलशा आवाजात तो म्हणाला, "रतन, तुला तरी असं बोलून-वागून कसं चालेल?"

यावर ती क्षणकाल मुकाट राहिली; मग डोळ्यांत पाणी भरत म्हणाली,

"हेच सांगायला आला होतास का?"

"अरे, हे काय! तुम्ही बायका फार लवकर डोळ्यांत पाणी भरता बुवा!" आणि हसून तो म्हणाला, "पूस डोळे ते; रडायला काय झालंय, असं वेड्यासारखं?"

"मी वेडीच आहे!" आणि तिने आपले गोबरे गाल फुगविले.

तशी त्या गालावर एक हळुवार चापटी लावीत थट्टेच्या आवाजात तो म्हणाला,

"हे तू सांगायच्या आधीच ओळखलंय मी!" आणि तो म्हणाला, "बरं, चलू मी आता? फार काम आहे कारखान्यात आज!"

"पाणी नको का प्यायला? की ते आता गोड लागत नाही?"

“पाण्याला उगीच कशाला नावं ठेवू? पण तुझं बोलणं काय गोड लागेना बुवा!”

तसं परत तिच्या डोळ्यांत पाणी; आणि एक हुंदका देत रडतच म्हणाली,

“होय, माझं बोलणं गोड नाही. मी कडू आहे. माझं बोलणं कडू आहे...”

“बरं बुवा, दे पाणी. पितो नि जातो!”

तो असं म्हणाला; तरीही अश्रू गाळीत ती तशीच उभी राहिली.

त्याची मात्र मोठी चमत्कारिक अवस्था झाली. उघड्या दारातून कुणी असं हे दृष्य पाहिलं असतं, तर त्यांची काय समजूत झाली असती? असंच निघून जावं, तर ही वेडी काय गैरसमज करून घेईल? अन् मग एकदम त्याला सुचलं. म्हणाला,

“तू काही देईनास; मीच आत जाऊन घेतो– पितो!”

आणि तो आत गेला. तिच्या ताटाजवळचा तांब्या उचलून त्याने तोंडाला लावला.

“अरं... अरं...” ती पळतच त्याच्याजवळ आली, “उष्टं आहे ते; पिऊ नकोस!” आणि तिने तांब्या ताब्यात घेण्यासाठी हात घातला.

पण, एक घोट घेऊनच त्याने तांब्या तिच्याकडे दिला व म्हटलं,

“हे पाणी तर गोड आहे बुवा! तू मघा खोटंच बोललीस बघ!” आणि डोळे मिचकावून तो बोलला, “तू गोड नसतीस, तर हे पाणी गोड लागलं असतं का?”

यावर मघाचा राग विसरत ती खुद्‌कन हसली. तसा तो म्हणाला,

“बघ रतन, तुला रागवायला वेळ लागत नाही आणि राग विसरायलाही!” अन् तो म्हणाला, “बरं, आता जेवणार ना? की अर्ध्या पोटीच उठणार आहेस?”

“ते का, जेवते की!”

“की बसू मी, तू जेवेपर्यंत?”

“तू समोर असल्यावर हे इतकं गिळायला होईल होय मला?”

“का बरं?”

“मला लाज वाटतेय बाई!”

ऐकून तो मन:पूर्वक हसत म्हणाला,

"अरेच्या, असं आहे होय; मग जातो तर!"

आणि निघून आला...

मध्ये ती एकाएकी शाळेला जायची बंद झाली. त्यानं विचारलं,

"का गं, शाळेला का जात नाहीस?"

"असंच आपलं..." तिनं उडवाउडवी केली.

"म्हणजे, याचा काय अर्थ?"

"मला कंटाळा आलाय. शिकून तरी काय उपयोग? शेवटी चूल नि मूलच ना?"

"शाळा सोडणार म्हण तर?"

"जवळजवळ तसंच समजायचं आता..."

"असं मध्येच बंद करायचं कारण तरी काय? हे शेवटचं वर्ष तर पूर्ण करायची होतीस?"

"कसं पूर्ण करायचं? फीसाठीही कुणी पैसे देत नाहीत!"

"तर या फीसाठीच तटलंय म्हणेनास?"

"तटलंय कुठलं, माईजीनंच सांगितलंय 'फी आणल्याशिवाय शाळेला येऊ नकोस' म्हणून!" आणि ती घरंगळलेल्या आवाजात सांगू लागली, "घरात मागितलं, तर सगळी 'आज देऊ, उद्या देऊ' असं म्हणत राहतात. थोरल्या मामाकडंही मागितलं."

तो म्हणाला... "कोणता थोरला मामा?"

"तू बघितलं आहेस त्याला... दिवसातून दोन-तीन वेळा घराकडं येऊन जातोय तो..."

चाळिशीचा, खप्पड गालाचा, बटबटीत डोळ्यांचा नि नकट्या नाकाचा माणूस वरचेवर घरी येत असलेला त्यानं पाहिलं होतं... तो फाटक्या अंगाचा माणूस हिचा... आश्चर्य! म्हणाला,

"तो... तो तुझा मामा होय! मी समजत होतो की, गावातील कुणी तरी पाहुणा वगैरे असेल..."

"पाहुणा कुठला, सख्खा मामा. बायकोला घेऊन वेगळा राहिलाय. वेशीबाहेर जकात नाक्याजवळ घर आहे त्याचं..."

"तुक्याच नाव ना त्याचं?"

"होय."

"मग काय म्हणाला तो?"

"म्हणाला, 'आणखी दोन-तीन दिवसांनी पैसे देतो!' मीही मनात म्हटलं, केव्हा देतात, तेव्हा देऊ देत. तोवर सुट्टी पडलीय, असं समजायचं !"

"अशी किती फी तटलीय तुझी?"

"दोन रुपये..."

"फीसाठी मी पैसे दिले तर चालेल? घेशील का?"

"घेईन; पण उसने म्हणून. परत करीन तेव्हा घ्यायला हवेस!"

"रतन, आजच बरं ही परतीची भाषा? याच्या पूर्वी बऱ्याच वेळा तू पैसे मागितले होतेस व मीही दिले होते; मग आजच असं का?"

"वरचेवर तुझ्याकडे तरी किती हात पसरायचा? आणि तुला तरी का बरं त्रास द्यायचा? आमच्या घरी तर ही सदाचीच रड असते पैशाबद्दल..."

"चालायचंच घे... आहे त्यातच समाधानी राहायचं. हं, हे घे."

त्यानं पुढं केलेली दोनची नोट घेत ती म्हणाली, "हे उसनं म्हणून घेते. परत करीन तेव्हा घेतलं पाहिजेस."

"बरं, बरं– घेईन घे..."

मध्ये एकदा तो असाच पाणी पिण्यास गेला असताना तुक्या आत आला, आणि त्याला म्हणाला,

"रामू, इथं आमच्या घरी पाणी प्यायला यायचं नाही येथून पुढं; सांगून ठेवतो!"

त्यानं तोंडाला तांब्या लावलेला. एक घोट गिळून म्हणाला,

"बरं!" आणि बाहेर पडला.

च्या आयला, या तुक्याने आपणावर संशय घ्यावा! लोकांनाही असंच काही वाटत असेल! तरी आपण रतनला म्हणत होतो की...छे, छे, चाललंय हे काही बरं नाही... कुठंतरी थांबविलं पाहिजे हे... कुठंतरी...एके दिवशी तो फोर्डचा गेअर बॉक्स पुढे घेऊन व्हील फिटिंग करीत बसला होता. रॅकेलनं स्वच्छ धुतलेली काळी करंद हंडी समोर. डाव्या हाताच्या डिशमध्ये व्हीलं शॉप्ट्स्, नटं-वायसर, दुसऱ्या हातात फिक्स व रिंग पाने, मणी-दांडकीं, छत्री-पोगर-हातोडी अशी हत्यारं पडलेली. हातातल्या वाईसनं रॅकेलनं निथळणारी व्हीलं पुसून ठेवण्यात तो गढला होता... गॅरेजमध्ये तसं कुणीच नव्हतं. हाताखाली काम

करणारी पोरं जेवायला गेलेली. ड्रायव्हर-क्लीनरही कुठेकुठे पांगलेले. त्यामुळे निवांतपणा होता. त्यामुळे कामाकडे सर्व लक्ष केंद्रित झालेलं. एवढ्यात ती आत आली, आणि उभ्याउभ्याच तिनं चौकशी केली,

"जेवण झालं का आपलं तसंच काम चाललंय?"

"इतक्या लवकर जेवल्यावर मग जेवणाात काय राहिलं?"

"दोन वाजले की, आमची मधली सुट्टी तर आताच झाली!"

"कुणी तरी पोर हाताखालचं यायला हवं, तेव्हा आम्हाला सुट्टी! कारखान्यात कुणीतरी पाहिजे ना!"

"हे तुझे पैसे, फीला म्हणून उसने घेतलेले!"

"ते राहू देत तुझ्याकडेच!" तिच्या हातातील नोटेकडे पाहत तो म्हणाला, "मी ते उसने म्हणून दिले नव्हते!"

"मग मला तेव्हा तसं का सांगितलंस?"

"मी कुठं सांगितलं? तूच तर तशी समजूत करून घेतलीस, त्याला मी तरी काय करणार?"

"हे घेत नाहीस तर मग?"

"नाही! ते दिले त्याचवेळी तुझे झाले. त्यावर तुझाच हक्क आहे!"

"बरं, नाही का घेईनास!" टेबलवरच्या शेगऱ्याची दांडी घुमवत-आवळत ती म्हणाली, "मी काकणं भरून घेते याची, फक्त दोन-दोनच उरली आहेत!"

"ते तुझेच पैसे आहेत रतन; तू काहीही करू शकतेस त्याचं!"

"होय ना, तर मग ते तुलाच द्यावे म्हणते मी!"

यावर हसत तो म्हणाला,

"माझं बोलणं माझ्यावरच उलटविलंस म्हण की! पण तेवढं मात्र तुला करता येणार नाही. तुझ्याकरिता तू काहीही करू शकतेस!"

"बरं, बरं; जाते आता!" अन् तिनं सांगितलं, "जेवायची आहे अजून!" आणि झरझर चालू लागली... थोडं पुढं गेल्यावर ती परत मागं वळली व आत येऊन तिनं विचारलं, "तुला राग तर आला नाही ना?"

"राग? आणि तो कुणाचा बुवा?"

"तुकामामाचा. पाणी प्यायला येऊ नको म्हणून त्यानं सांगितलं, म्हणून?"

“नाही बुवा! राग कसला मानायचा त्यात? त्याचं ते कर्तव्यच होतं!”

“कसलं कर्तव्य नि काय! तो तसलाच हरामी आहे!”

त्याला आश्चर्य वाटलं. ही रतन प्रत्यक्ष आपल्या मामाला हरामी म्हणते! का? काय कारण? म्हणजे ही आपली बाजू घेत्येय! आपल्यावरील प्रेमामुळे ही आपल्या मामाला अशा शिव्या देत्येय का? त्यानं चमकून तिच्या चेहऱ्याकडं पाहिलं–

तिच्या डोळ्यांत कुठलासा अनामिक द्वेष मावत नव्हता. तो तिच्या आवाजातही प्रकट झाला. म्हणाली,

“तुला कल्पना नाही यायची त्याची! तू त्याचं बोलणं मनावर घेऊ नकोस. येत जा पूर्वीसारखा!”

आणि ती निघून गेली...

का कोण जाणे, त्याला वाटू लागलं– तिच्या आमंत्रणात अकृत्रिम आपलेपणा होता... होता का? आहे... आहेच!

दोन

चैत्र. पहिला आठवडा. दुपार जळत होती. छपरावरील पत्र्यांमुळे गॅरेजमध्ये विलक्षण उकडत होतं. काल रात्रभर काम करून मल्लाप्पा अण्णाची परफेक्ट फोर्ड बाहेर काढल्यामुळे आज अंगात हीट वाढल्यागत झाली होती. दुपारचं जेवण झाल्यावर तर डोळ्यांवर झापड येऊन ते गपगप मिटायलाच लागले. तसं कामही होतंच; पण पंधरा-वीस मिनिटं एखादी डुलकी निघाली, तर अंगातील हीट कमी होईल; शरीर पूर्वीच्या लेव्हलला येईल, असा विचार करून गॅरेजच्या उंबऱ्याजवळ त्यानं बाकडं टाकलं; कारण वाऱ्याची एखादी चुकार झुळूक आलीच, तर ती इथेच येणार होती. बाकड्यावर तो आडवा झाला. मघाच शिलगावलेली सिगारही ओढून संपत आली होती. टोकाची उष्णता आता बोटांना जाणवू लागली होती... थोटूक त्यानं दूर भिर्कावून दिलं; आणि उशीगत उजवा हात डोक्याखाली घेतला, अन् तेवढ्यात त्याच्या पापण्यांवरून नींदपरीचं मोरपीस फिरलं...

डोळे उघडले ते तिच्या हाकेनेच.

"रामू, ये रामू!"

"का गं रतन, का आली होतीस?" आणि तिचंच काही काम असेलशा अपेक्षेने उठून तो गॅरेजबाहेर तिच्याजवळ गेला अन् स्मित करून त्यानं विचारलं, "काय विशेष आणखी?"

"विशेष कुठलं काय? किती वाजले?"

"पावणेतीन!" मनगटावरील घड्याळ पाहत तो म्हणाला, "शाळा नाही होय गं आज?"

"आहे तर. जेवायलाच आलेय, दुपारच्या सुट्टीत!" म्हणाली आणि निघून गेली.

त्यानं पाठ फिरवली, गॅरेजमध्ये आला. येता येता मनात आलं– काय विचित्र मुलगी आहे! 'किती वाजले' हे विचारण्यासाठी निव्वळ हिनं आपणास उठवावं?– मनात असा विचार करीत परत बाकड्यावर पडावं म्हणतोय, तोवर कोठूनसा तिचा थोरला मामा तुक्या आत आला, अन् आल्या आल्या त्याच्या शर्टची गळपट धरून शिव्या देऊ लागला...

"तुक्या, शिव्या देऊ नको, एकदाच सांगतो, शिव्या देऊ नकोस!" रामूने ताकीद दिली...

"आमच्या घरात येऊ नकोस म्हणून तुला सांगितलं होतं की नाही? मग का गेलास घरात, सांग का गेलास?"

"मी घरात गेलो नाही; तीच इथं विचारायला आली होती– 'किती वाजले' म्हणून! विचार पाहिजे तर तिला!" या बाचाबाचीनं शेजारच्या चौगुल्याचं पोरगंही आत आलं होतं. त्याला रामूनं सांगितलं, "नाऱ्या, बोलीव रतनला; जा नाऱ्या, बोलीव तिला!" आणि रामूनंही त्याची गळपट धरली...

एवढ्यात नाऱ्यानं रतनला बोलावून आणलं! रतन भेदरून-घाबरून गेली होती...

"सांग रतन, मी घरात आलो होतो? सांग, आलो होतो?"

रतन पार रडवेली होऊन गेली होती. म्हणाली,

"नाही; मीच विचारायला आले होते..."

रतन एवढं बोलत आहे, तोच तुक्या म्हणाला, "सोड, गळपट सोड माझी; गळपट सोड!"

पण रामूने गळपट तर सोडली नाहीच; उलट आणखीन आवळत बाहेर पाहिलं–

तर रतन गायब. बहुधा शाळेकडे पळाली...

तोवर तुक्याने आपला दुसरा हात हवेत घुमविला; तशी रामूने मान खाली केली; तरीही डोईच्या केसांवरून हाताचा ओझरता चपकारा चाटून गेलाच...

एक सणक पायापासून मस्तकापर्यंत सणाणत गेली! रामूने त्याची गळपट सोडली आणि पाय धरून ओढले. तो धप्पदिशी मागे आदळला. त्याच्या छातीवर ओणवा होऊन त्याला घोळसत असताना रामूला

आठवलं– याच साल्याने रतनला दोन-तीन वेळा मारलं आहे! काही महिन्यांपूर्वी तिचा धाकटा मामा बंडू कामासाठी आठवडाभर इचलकरंजीला गेला होता; त्यावेळी याच तुक्याने त्या कोवळ्या पोरीच्या नरड्यावर पाय देऊन जळणाच्या लाकडाने मारलं होतं... आज चांगली संधी आली आहे... नरड्यावर पाय... आणि रामूने त्याच्या नरड्यावर उजवा पाय रोवला व त्याचे धडपडणारे पाय धरून जोराने पिरंगाळा दिला; तशा त्याच्या चेहऱ्यावर वेदनेच्या असंख्य लाटा उठल्या-विरल्या. तशाही स्थितीत धडपडत, प्रतिकार करीत तुक्या उठला; पण तसंच त्याला मागे ढकलत नेत रामूने उंबऱ्यावर आदळलं. उंबऱ्याला लागूनच गटार. त्यात त्याला कोंबावे, म्हणून रामूने त्याची गळपट धरून एक हिसडा दिला. तुक्याचं मुंडकं गटारीच्या दगडावर आलं; पण शरीर मात्र दाराच्या फळ्यांना तटलं. तरीही त्याला सैल न सोडता त्याची गळपट धरून रामू त्याचं मुंडकं मागील दगडावर आपटू लागला... आणि आपटता आपटता म्हणू लागला,

"साल्या, पुन्हा माझ्या वाटेला जाशील, तर या गटारीत घालून तुडवीन तुला! याद राख, या गटारीतच तुडवीन!"

तोवर कोठूनशी भरारा लोकं जमली. भरारा भोवताली कोंडाळं झालं... रामूला मागे ओढून घेतलं गेलं. तुक्या धडपडत उठला; पण रामूचा राग अजूनीही गेला नव्हता. त्याने एक हिसडा मारला व लोकांच्या हातातून निसटून तो परत तुक्यावर जाऊन आदळला. तसा भेलकांडत मागे जात तुक्या बाकड्यावर जाऊन अडमडला, धक्क्याने बाकडं कलंडलं; तसा रामू त्याच्या पाठीशी झोंबला व त्याने त्याचं मुंडकं समोरच्या कोपऱ्यात दाबलं... तसं बाकडं पूर्णपणे आडवं झालं व आपले अंत्राळी झालेले पाय झाडत तुक्या धडपडू लागला... बघे पुन्हा रामूच्या अंगाशी डसले व तुक्यापासून त्याला ओरबाडून काढत हे भांडण त्यांनी सोडविलं. कोण याला, कोण त्याला विचारू लागलं– 'काय झालं? कशाबद्दल भांडण?' यावर तुक्या कुणालासा सांगत होता,

"आमच्या घरात पाणी प्यायला येत होता, 'नको' म्हटले तरी!"

आणि रामूच्याही अगदी ओठांवर आलं होतं...

पण, मोठ्या प्रयासानं त्यानं मनातलं सारं गिळलं. लोक काय

समजूत करून घेणार असतील तर घेऊ देत. आपण काही बोललो, तर उलट रतनचीच बेअब्रू होईल. त्यापेक्षा आपली झालेली बरी. म्हणेनात लोक, हा एक बदमाश माणूस आहे म्हणून! आपण तर सशाचं नव्हे, तर गेंड्याचं काळीज बाळगून आहोत!

रात्री घरी गेल्यावर वडील म्हणाले,

"लूत भरलेली कुत्री असतात ना, त्यांनी असं वागावं! तू लूत भरलेला कुत्रा आहेस का?"

एवढंच!

हे काळजाला लागलं! फारच... त्यानं तो तळमळला, तडफडला! खरंच का आपण कुत्रा आहोत? लूत भरलेला? खरंच...?

ती रात्र अशीच विचारात गेली. मग केव्हातरी झोप लागली; अन् मग अशीच केव्हातरी जागही आली. पाहिलं, तर पहाट झालेली. पुन्हा काही झोप येईना. उठला. अंघोळ वगैरे करून गॅरेजकडे निघाला, तेव्हा सहाचा सुमार झाला होता...

गॅरेज आलं. नेहमीसारखं यावेळी नळांना पाणी सुटलेलं. रतन पाणी भरत होती. कमरेवर एक; हातात एक घागर. जवळून जाताना तिलाच ऐकू जाईलशा आवाजात त्यानं म्हटलं,

"हट, भित्री कुठली! काल पळून गेलीस!" आणि मिश्किलपणे तो हसला...

रतनने चमकून त्याच्याकडे पाहिलं; अन् मग झटकन त्याच्या चेहऱ्यावरून नजर काढून मान खाली केली व झरझर निघून गेली...

मान खाली घालताना तिच्या गालांवर उगवतीची लाली उतरली होती; तीच तेवढी त्याच्या लक्षात राहिली. दिवसभर त्या रंगातच तो दंग होऊन गेला.

आणि दुसऱ्या दिवशी तिच्याकडून पत्र आलं –

'रामू, मी तुला 'किती वाजले' असं विचारायला न येता तशीच शाळेला गेले असते तर भांडण झालंच नसतं बघ. तू मामाला मारलंस, या गोष्टीचा मला किती आनंद झाला म्हणून सांगू! मारामारीत मामा मेला असता, तर बरं झालं असतं. रात्री मला जेवण गेलं नाही, की झोपही आली नाही. सारखा मनात विचार येत होता– आपण त्याच्यावर प्रेम केलं. त्याला कुठे लागलं तर नाही ना? रामू, तुझ्यावर माझा किती

जीव आहे म्हणून सांगू!

'आणखी १५-२० दिवसांनी माझी परीक्षा संपेल. मी गावी जाईन; पण तोवर हे असं घडलं. या भांडणामुळं तुझ्याशी बोलणंही कठीण होऊन बसलं आहे मला! गावी जाण्यापूर्वी एकदा तुझी भेट व्हावा व तासभर तरी तुझ्याशी मला बोलायला मिळावं, अशी मी देवाजवळ प्रार्थना करीत आहे.

'मी गावी जाण्यापूर्वी तुझा फोटो मात्र मला पाहिजे. या चिठ्ठीतील अक्षरे समजतात का पाहा; कारण ही मी गडबडीने व भीतभीतच लिहिली आहे. पत्राचे उत्तर पाठव.'

वेडी रतन भिऊन गेली आहे. तिला धीर द्यायला हवा. त्यासाठी त्यानंही एक चिठ्ठी लिहिली –

'रतन, त्यानं तुला नरड्यावर पाय देऊन मारलं होतं; त्याचा बदला मी घेतला! मीही त्याच्या नरड्यावर पाय देऊन त्याला मारलं. रतन, तू काही काळजी करू नकोस. मला थोडंही कुठं लागलं नाही की ओरखडा उठला नाही. उलट, त्या हरामखोरालाच डोळ्याजवळ लागून त्यातून रक्त येत होतं. तो मला तंबी देऊन भीती दाखवायला आला होता; पण आपण स्वत:च मार खाऊन गेला. माझं फक्त मॅनिलाचं एक बटन व घड्याळाचा बेल्ट तेवढा तुटला. हे इतकंच. तू घाबरू नकोस...'

तिच्याकडे चिठ्ठी पाठवून दिली, तरी मनात एक प्रश्न उरलाच– मामाला ठार मारून टाकलं असतं, तर मला फार आनंद झाला असता, अशा प्रकारे रतनने का लिहिलं आहे? आपल्यावरील प्रेमामुळे?– समजेना...

भांडणामुळे बोलणं-चालणं बंद झालं असलं, तरी पत्रव्यवहार चालूच राहिला. एक-दोन दिवसांआड रतनची त्याला व त्याची रतनला पत्रे जात-येत.

तीन

घरकाम, शाळा आणि उरलेल्या वेळात त्याला पत्र लिहीत बसणे– हाच दिनक्रम रतनचा चालू होता. पत्रातून मनीचे गूज त्याला सांगण्यात एक वेगळाच आनंद, एक आगळंच सुख होतं–

'माझ्या जिवाच्या जिवलगा, मी तुला शनिवारी मलिदा पाठवून दिला होता. तो तुला मिळाल्यावर आणखी मागायला शीलाला पाठवून दिलास; पण तेवढाच तुझ्यासाठी म्हणून मी ठेवला होता. त्यामुळे तू मागितल्यावर पुन्हा मी चपात्या केल्या आणि मलिदा करून तुझ्याकडे पाठवून दिला. तो तुला मिळाला ना?'

'माझ्या लाडक्या, तू मला असं लिहितोस की, 'तुला एक तरुण मिळेल. त्याच्याशी लग्न करून तू कुंकू लावशील. त्याच्या नावाने मंगळसूत्र बांधशील.' त्याच्या नावाने कशाला; तूच मला करून घे. मी तुझ्याच नावाने कुंकू लावीन, मंगळसूत्र बांधीन. तुझं लग्न ठरलंय ना? त्या मुलीबरोबर तू लग्न करून घे. माझ्याशीही विवाह कर. तुला एक आवडती व एक नावडती बायको असू दे.'

'तुझे–मामाचे भांडण झाल्यापासून मी जेवायला बसले की, नेमकी मला तुझीच आठवण येते. अलीकडे तुझा चेहरा उन्हात फूल कोमेजावं तसा कोमेजून गेला आहे. पत्रातून तू कळविलं आहेस– 'भांडण झाल्यापासून मला शांतपणे झोप येईना, की धडपणे जेवण जाईना.'

'रामू, तू माझा विचार करायचं सोडून दे. आणखी एकदा भांडण झालं, तर मी

आत्महत्याच करून घेईन. तुला मी माझा नवरा मानते, एवढंच लक्षात ठेव.'

'माझ्या फुला, गावी जाण्यापूर्वी तू मला 'ब्लाऊझचं कापड आणून देतो' म्हणतोस; पण घरातील माणसांनी 'हे कापड कुठलं?' म्हणून विचारलं, तर मी काय सांगू? म्हणून तू कापडाला खर्च करणार आहेस ते पैसे मला दे, म्हणजे मी गावी गेल्यावर तिकडेच त्या पैशांतून कापड घेईन.'

'तुला आम्ही एप्रिल फूल करण्यासाठी बाहेर बोलावलं तेव्हा गल्लीतला लंगडा आपल्या दारातून आमच्या नावाने ओरडत होता. आमच्या कागाळ्या मामाला सांगून तो भांडणही लावील. सावध राहा.'

'या घरात मला त्रास आहे. परवाचं ते भांडण झाल्यापासून तर मला फारच त्रास दिला जात आहे. माझी परीक्षा झाल्यावर या लोकांनी मला गावी आईकडे पाठवून नाही दिलं, तर मी विषाची बाटली पिणार किंवा तळ्यात तरी जाऊन पडणार; अनेक दिवसांपासून मी हे घोकत आहे. पत्रातून तू विचारतोस, 'घरातील कुणाचा तुला त्रास आहे?' मला सर्वांचाच त्रास आहे. या घरात मीच म्हणून राहिले आहे. इतका त्रास सहन करून दुसरं कोणीही राहिलं नसतं... माझ्या फुला, परवा आपली महादेवाच्या देवळात भेट झाली होती, तेव्हा तू मला दारात अडवून धरलंस. मला बाहेर सोडेनास. म्हणालास,

''रतन, माझ्या गळ्यावर हात ठेवून शपथ घे, 'मी स्वत:चा घात करून घेणार नाही' म्हणून. वचन दे मला तसं!''

आणि तू माझा हात धरलास व आपल्या गळ्यावर ठेवून घेत परत म्हणालास, ''घे शपथ...''

तशी मी शपथ घेतली; पण ती काही मी मनापासून घेतली नाही; तर तू मला सोडेनास, म्हणून खोटीच शपथ मी घेतली होती.'

'कालच घरी आजीबरोबर माझं भांडण झालं; आणि त्या रागातच मी तळ्यात पडायला चालले होते; पण गॅरेजच्या दारात तुला पाहिलं; अन् मन आवरलं.'

'माझा फोटो तुला देईन, म्हणून घरातील माणसांनी तो काढून घेऊन कुठेतरी लपविला आहे!'

'रामू, उद्या माझा रिझल्ट आहे. 'तू नक्की पास होणार, मला खात्री

आहे,' म्हणून कळवून तू मला आजच पेढे पाठवून दिले होतेस. ते पेढे खाऊनच आज दिवसभर मी राहिले. आज मी आजीच्या वखारीकडे गेले होते; आणि तू इकडे घाबरून मला शोधत होतास. शेवटी निराश होऊन तू घरी परतत असताना मोटारीत सापडत होतास; पण थोडक्यात चुकलं; असं तू पत्रातून कळविलं आहेस. माझ्या फुला, तुझं जर तसं कांही बरंवाईट झालं, तर त्याच दिवशी मी पण मरून जाईन. रामू, तुझ्या त्या मित्राने आपल्या प्रेयसीसाठी आत्महत्या केली. त्या वेळी तिनंही जीव दिला असता, तर दोघांचं प्रेम खरं होतं, असं मी म्हटलं असतं.'

'रामू, आपण सोमवारी दारात उभे राहून बोलत होतो, त्या वेळीं गल्लीतला तो लंगडा पेटीवाला आपल्या दोघांच्या नावाने बोंबलत होता. तो आपल्या चहाड्या तुकामामाला सांगतो. मामा मला म्हणत होता,

"मी त्या रामूचा एवढा मार खाल्ला; तरीही तू त्याच्याबरोबर बोलत असतेस; म्हणजे आमची अब्रू काढते आहेस, म्हण की!"

तशी मीही म्हणाले,

"उठल्या-बसलेल्यांची मापं काढणारा तो लंगडा; त्याला काय दुसरं काम आहे? माझी अब्रू जाईल म्हणून रामू गप्प बसलाय; तरी त्यानं मला सांगितलंय्, 'पुन्हा तो लंगडा माझं नाव तर काढू दे; त्याला गटारीत घालून तुडवितो!' म्हणून."

'रामू, त्या लंगड्याची माली नावाची पोरगी आहे ना; ती कापशीवाल्याला दिलेली; तिचा तुकामामाशी संबंध होता. दोघांना एकत्र असं मी स्वत: पाहिलं आहे. ती वेळ सकाळची होती. म्हणजे लंगडा आपल्या पोरीच्या यजमानाला आपल्या कागाळ्या सांगत बोंबलत बसला आहे...'

'माझ्या फुला, मी तर भ्रमिष्ट झाले आहे. मनात अनेक विचार येतात. परीक्षा संपल्यापासून सारखा तुझाच विचार करते आहे. मी गावी निघून गेल्यावर रामूची काय अवस्था होईल– या एकाच विचाराने माझ्या डोळ्यांत सारखे पाणी येत आहे. माझ्या फुला, मी गावी गेल्यावर मला तरी तुझ्यावाचून मुळीच करमणार नाही. 'मला गावी नाही पाठवून दिलं तर मी तळ्यात जाऊन पडणार,' अशी मी घरच्या

माणसांना खोटीच भीती घातली आहे. काल सोमवार. आमच्या घरी मलिदा केला होता, तेव्हा माझ्या फुलाची मला आठवण झाली. माझ्या वाटणीचा मलिदा काढून बाजूस ठेवला होता; तो मग मी मारुतीकडून तुझ्याकडे पाठवून दिला होता. तो तुला मिळाला का?'

'माझ्या फुला, तू एकदा म्हणाला होतास,

"रतन, तू पोपटी पातळात फारच सुंदर दिसतेस!"

'तर तेच पोपटी पातळ नेसून मी आज फोटो काढून घेतला. माझा फोटो तुला देऊनच मी गावी जाणार आहे. मी तीन कॉपीज घेणार आहे. त्यातील तुला दोन देऊन मी एक गावी घेऊन जाणार आहे. मी गावी गेल्यावर तेथून तुला एक पत्र पाठविणार आहे.'

'फोटो १७ किंवा १८ तारखेला मिळेल,' असं मला फोटोग्राफरने सांगितलं आहे.

'माझ्या फुला, माझे गावी जाण्याचे कदाचित गुरुवारी ठरेल; म्हणून तुझा फोटो मला उद्या संध्याकाळपर्यंत हवा आहे. माझ्या फुला, तुला सोडून जाण्याचे मला जिवावर येत आहे. गुरुवारी जायचे, म्हणून घरी बोलतात. त्यामुळे मी आज खूप रडले.'

'फोटोग्राफरला मी दीड रुपया ॲडव्हान्स म्हणून दिला आहे. बाकीचे पैसे तू देऊन फोटो घे व त्यातील एक मला गावी पाठवून दे. या चिठ्ठीसोबत मी ॲडव्हान्सची पावती पाठवीत आहे; ती दाखव म्हणजे फोटो मिळतील. माझ्या फुला, मी उद्या तुला जेवण करून पाठवून देऊ का? दे म्हणत असलास तर पाठवून देते. माझ्या लाडक्या, मला तरी लहानपणापासून कोठे सुख आहे? तू पण इतकं शिकून एवढं हलकं काम करतोस याचं मलाही दुःख होतं.'

'माझ्या फुला, मी आज डब्यातून तुला द्राक्षे व केळी पाठविली होती, तो डबा परत पाठविताना तू पण त्यातून शेव-चिवडा पाठवून दिलास होय! पण माझा तर मंगळवार होता.'

'माझ्या लाडक्या, मी तुला कधीही विसरणार नाही. तुझ्या फोटोकडे पाहून मी खूप खूप रडेन. माझ्या फुला, तुला व मला हे असेच वाईट दिवस राहणार नाहीत. आज ना उद्या आम्हास सुखाचे दिवस येतीलच.'

'माझ्या फुला, तुला सोडून जावं लागत आहे, या गोष्टीचा मी स्वतःशी किती मनस्ताप करून घेत आहे! ते सर्व तुला सांगून पटायचे

नाही; ते सर्व मी मनातच ठेवून गप्प बसले आहे.'

'रामू, मला तरी आता असे वाटू लागलं आहे की, या असल्या आयुष्यापेक्षा आत्महत्या केलेली बरी. आज संध्याकाळी साडेचारला धाकटा बंडूमामा मला शोधायलाच आला होता. 'मी कोठेतरी निघून जाते,' असं मी त्याला दुपारीच सांगितलं होतं; पण तू घाबरू नको. तुझी शपथ मी पाळीन.'

चार

रतनची पत्रे वाचून रामूच्या मनात अनेक विचार भिरभिरायचे– रतन स्वतःच्या जिवाला एवढी का कंटाळून गेली आहे? तिचं आपल्यावर प्रेम आहे; त्यामुळं तिनं इथंच राहण्याचा हट्ट धरायला हवा; पण ती गावाकडे जाण्याचा निर्धार करते आहे व त्यासाठी 'आत्महत्या करण्याची भीतीही घरच्या माणसांना घालते आहे' असं सारखं ती म्हणते. एवढा कुणाचा त्रास आहे तिला? आणि कसला? रतनच्या मनात तरी काय आहे?

रतन व रतनचं आयुष्य– एक रहस्य बनलं होतं. काही कळत नव्हतं. काहीच समजत नव्हतं.

एक पत्र पाठवून मनातील हे सर्व प्रश्न त्यानं रतनला कळविले व उत्तरं विचारली. त्यावर रतनचं पत्र आलं–

'माझ्या गुलाबाच्या फुला, तू म्हणतोस, 'रतन, तुझ्या मनातील सर्व काही मला सांग...' मी तुला सांगितलं असतं; पण आणखी चार दिवसांनी मी गावी जाणार आहे. तेव्हा तुला सर्व काही सांगून दुःखात कशाला लोटू?'

'माझ्या फुला, आज माझा मीच माझ्या मनाला त्रास करून घेतला. जेवलेही नाही. आजीच्या वखारीकडून घरी आल्यावर खूप रडले. मी येत असलेली दिसताच तू विचारलंस,

"आज दुपारी कोठे गेली होतीस गं?"

"तळ्यात पडायला गेले होते!" मी उत्तर दिलं.

'ऐकून तुला वाईट वाटलं असेल.' पण तेव्हा मीच माझ्यावर वैतागले होते. माझ्या फुला, आई किंवा वडिलांनी मला तेथे ठेवून

न घेता परत या गावी पाठविलं, तर मी काही इकडे येणार नाही. त्यांनी माझं लग्न तरी करावं किंवा मला मारून तरी टाकावं. यापुढे या गावाचं मी तोंडही पाहणार नाही...'

असं कुठलं दुःख रतन भोगत होती?– रतनचं पत्र वाचून तो विचार करीतच बसला. कितीतरी वेळ... विचार... आणि विचार... इथल्या माणसांची तिडीक यावी, या गावचं पुन्हा तोंड पाहू नये, असं तिला का वाटतं? आपण ज्याच्यावर प्रेम केलं, त्याचं आधीच लग्न ठरलं आहे; या विचित्र दैवयोगामुळे रतन एवढी वैतागून गेलीय? म्हणून या गावाबद्दलच तिच्या मनात अशी तीव्र द्वेषाची भावना निर्माण झालीय का?– सगळे प्रश्न... प्रश्न नि प्रश्न! गुंतवळ वाढतच होती. काहीच कळत नव्हतं. काहीच अंदाज करता येत नव्हता... काहीच.

पाच

रतन गावी गेली; आणि चार दिवसांतच तिकडून तिचं पत्र आलं–

'प्रिय रामचंद्र यास, रतनचा सप्रेम नमस्कार, विनंती विशेष–'

'मी इकडे मंगळवारी सुखरूप पोहोचले. काही काळजी नसावी. मी इकडे खुशाल आहे. तू कसा काय आहेस, ते कळविणे; माझ्या फुला, मी येतेवेळी तुझा निरोप घेऊ शकले नाही; तशी मला सवडही मिळाली नाही; तरी तू राग मानू नकोस. इकडे तुझी मला सारखी आठवण येते, तेव्हा मी तुझ्या फोटोकडे पाहत बसते. मी इकडे आल्यावर घरातील माणसे माझी आठवण काढतात का? माझ्या फुला, माझी काळजी करू नकोस. तू वेळच्यावेळी जेवायला जात जा व वेळच्यावेळी घरी जात जा. रात्री उशीरपर्यंत कारखान्यात काम करीत जाऊ नकोस. मी इकडून आठ किंवा पंधरा दिवसांनी एक असे पत्र पाठवीन; पण तू इकडे पत्रे पाठवू नकोस; कारण तुकामामाने 'मी तिकडे येतो' म्हणून सांगितलं आहे. त्याच्या हातात पत्र गेले, तर कोणाचं म्हणून मी सांगू? मी इकडे खुशाल आहे. काळजी करू नकोस. एवढं लिहून पत्र पूर्ण करते.'

कळावे.
तुझीच रतन

त्यानंतर महिना होत आला तरी रतनचं एकही पत्र आलं नाही. मग आठ-पंधरा दिवसांच्या वायद्याचं काय झालं? विसरली? फक्त पत्र पाठवायचे की आपणालाही? तसं असेल तर फार बरं. रमू दे तिकडेच. विसर पडू दे आपला. आपल्यामुळे तिचं काही झालं, तर वाईटच व्हायचं. तिचं आणि तिच्या अब्रूचंही. तिला तिकडे जायची बुद्धी सुचली व तिने तसा हट्ट धरला, हे एक चांगलंच झालं. तिकडेच राहू दे ती. आनंदात, सुखात, मजेत.

महिना उलटून तीन-चार दिवस होतात, तोच रतनकडून पुन्हा एक पत्र आलं. पहिलं पाकीट होतं; तर हे आन्तर्देशीय–

'प्रिय रामचंद्र यास, रतनचा श्रीसाष्टांग नमस्कार, विनंती विशेष–'

फार दिवस झाले, मी पत्र पाठविलं नाही, म्हणून तू राग मानू नकोस; कारण मी गावी गेले होते.

रामू, तुझी मला दिवसादिवसाला आठवण येते. झोपले तर तुझीच स्वप्ने पडतात.

'आमच्या घरातील इकडे कोणीच आलं नाही, फक्त दोन पत्रं तेवढी पाठविली आहेत. आणि बोलवायला आले, तरी 'रतनला पाठवायचे नाही,' असे आई म्हणत आहे. मी इकडे आल्यावर तुझी व मामाची भांडणं झाली का? इकडे आल्यावर मी बराच प्रवास केला. पंधरा दिवसांमागे तिकडे शिवापूरलाही आले होते. तीन मैलांवरच तर गाव होतं. यावं असं वाटलं होतं; पण घरच्या माणसांनाच अगत्य नाही, तर त्या घराकडे कशाला उगीच जायचं, म्हणून आले नाही. मी तिकडे दोन तारखेस आले तर येईन किंवा संकेश्वरला तरी येईन. संकेश्वरचा मामा म्हणाला आहे, 'आठ दिवसांत तिकडून कोणीतरी बोलवायास येईल' म्हणून. रामू, दोन तारखेनंतर तुला भेटूनच याचा खुलासा सांगेन.'

'रामू, मला तुझी सारखी आठवण येत आहे. इकडे निघून येताना स्वतःला मी किती दुःख करून घेतलं व किती रडले, ते माझ्या मनालाच माहीत. अचानक गावी जायचं ठरलं

आणि मी निघून आले. तुला पहिलं पत्र पाठविलं, ते तुला मिळालं की नाही, याचा मी मनावर परिणाम करून घेतला व पंधरा दिवस आजारी पडले. तू मला वेळोवेळी पैसे दिले होतेस ना, ते मी साठविले होते. इथे आल्यावर त्या पैशाचं मी एक पातळ व ब्लाऊझचं कापड विकत घेतलं.'

कळावे.

तुझीच रतन

पत्राच्या शेवटी रतनने आपला पत्ता दिला होता. म्हणजे आपणाला रतनने पत्र पाठविण्यास परवानगी दिली तर! तिला पत्र पाठवायचं, तर आपणाला मैत्रीण बनावयाला हवं. पुरुषी नावानं पत्र लिहिलं अन् तिकडे ते इतर कुणाच्या हाती लागलं, तर त्यापासून रतनला उलटा त्रास होईल. म्हणून त्याने एका मैत्रिणीने दुसऱ्या मैत्रिणीला पत्र लिहावं, असं मोघमपणे पत्र लिहिलं. खाली 'शीला' म्हणून सही केली. अशा या पत्रामुळे मनातले विचार, भावना स्पष्टशा व्यक्त करता येत नव्हत्या. इतरांनी वाचलं, तर काही संशय येऊ नये; पण रतनने वाचल्यावर तिला सर्व काही कळावं, अशी शब्दयोजना त्याला करावी लागली.

रतनकडून पत्रोत्तरही लगेच आलं–

'प्रिय मित्र रामचंद्र यास, शिरसाष्टांग नमस्कार, विनंती विशेष–'

'तुझं पत्र मिळालं. वाचून आनंद झाला. काळजी नसावी. तुझं पत्र गुरुवारी मिळालं; अन् रविवारी तुकामामा इकडे आला होता. 'तिकडे चल' म्हणत होता; यावर 'येत नाही' म्हणून मी सांगितलं.'

'घरकाम वगैरे आटोपून मी रिकामी बसले, की तुझीच आठवण येते. झोपावं म्हणून अंग टाकलं, तरी झोप येत नाही. आई म्हणते,

"धडपणे जेवतही नाहीस तू; एवढा कसला विचार करतेस?"

"माझ्या मैत्रिणीची मला आठवण येतेय!" मी खोटंच सांगते.'

'रामू, तू वेळच्यावेळी घरी जात जा. वेळच्यावेळी जेवत जा. दुपारचे दोन-तीन वाजले, म्हणजे इकडे माझ्या मनात विचार येतो– रामू आता घरी जेवायला गेला असेल ना? की नसेल? रामू, आमची शाळा चालू झाली. आणखी पंधरा दिवसांनी मी तिकडे येणार आहे. उरसाला आले नाही, तर मामा बोलवायला आला की येणार आहे. इकडे मी खुशाल आहे. काही काळजी नसावी. येथून तीन मैलांवर रेल्वे स्टेशन आहे. तेथे ऊदकाड्या तयार करण्याचा मोठा कारखाना आहे. आई तेथे कामाला जात असते. येथेही आमची गरीब परिस्थिती असली, तरी घरात सुख आहे. मी तुला फोटोच्या कॉपीज दिल्या होत्या ना त्यातील एक इकडे पाठवून दे. ती सावंतवाडीस पाठवायची आहे. तिकडील मंडळी मला पाहायला येणार आहेत. 'उरसाला ये' म्हणून तुकामामाने सांगितलं आहे. बेंदर हा सण तू तिकडे आनंदाने साजरा केला असशील; पण मला इकडे वाईट वाटत होतं; कारण गेल्या वर्षी बेंदराला मी तिकडे होते आणि या वर्षी इथे. वाईट याचंच वाटतं.'

'तुझं पत्र माझ्या भावास मिळालं. ते घेऊन वाचत हसतच तो म्हणाला,

"रतन, तुझ्या कोणी मैत्रिणीने पत्र पाठविलं आहे बघ!" आणि त्याने ते पत्र मला दिलं. इकडे सर्व मंडळी बरी आहेत. जास्त काय लिहू? तू पत्र आन्तर्देशीय पत्रावर लिहीत जा.'

कळावे.

तुझीच रतन

सहा

उरुसाला रतन आली. तिच्याबरोबर तिची आई व लहान भाऊही आला होता. वेशीबाहेरील जकात नाक्याजवळ तिच्या थोरल्या तुकामामाचं घर होतं; तिथे ती राहू लागली. त्या घरी राहू लागल्यानंतर तिसऱ्या दिवशी ती बंडूमामाच्या घराकडे आली होती. सोबत तिचा लहान भाऊही होता.

ते भांडण झाल्यापासून तिच्या घरातील लोक आपल्या नावाने ओरडतात; अन् आपण अजूनीही येथे आहोत, म्हणून केवळ तिला पूर्वीसारखी बंडूमामाच्या घरी न आणता तिकडे थोरल्या मामाच्या घरी ठेवली असावी. केवळ आपल्यामुळे तिची ही परवड! दुःख वाटलं. मनात गिळलं. खांद्यावर धुण्याचा पिळा टाकून तो छपरावर वाळत टाकण्यासाठी ती बाहेर आली होती, तेव्हा त्यानं तोंडावर हसं आणून विचारलं,

"काय गं, केव्हा आलीस?"

तब्बल तीन महिन्यांच्या कालावधीनंतर त्याचा आवाज कानावर पडलेला. तिच्या मनाला झालेला आनंद चेहऱ्यावर उमटला. म्हणाली,

"परवाच्या दिवशी आले, दुपारी चार वाजता!" आवाज पूर्वी होता तसाच. लाडिक--- लहान मुलीसारखा. वयाचा परिणाम न झालेला.

गल्लीतल्या रिकामटेकड्या लोकांच्या नजरा संशयाने रोखलेल्या. तो लंगडाही भोकराच्या डोळ्यांनी इकडे पाहत असलेला. जास्त वेळ असं बाहेर तिच्याशी बोलत राहता येत नव्हतं; अन् ते बरंही दिसत नव्हतं. कुणीतरी कशाला; तो लंगडाच तिच्या घरी पुन्हा बोंबलत गेला

असता; अन् त्यामुळे उलटा घरात रतनलाच त्रास झाला असता. म्हणून बोलणं आटोपतं घेण्याचं त्यानं ठरविलं.

"काय गं, कुठं राहणं बरं– तिकडे आईच्या गावी, की इकडे आजीकडे?"

त्याचा प्रश्न ऐकून ती हसली. हसल्यावर तिचा आवाज जास्तच लाडिक होत असे; अन् मग हा लाडिकपणा बोलताना शब्दांना बिलगून राहत असे. आताही तो बिलगलेलाच राहिला;

"दोन्हीकडंही बरंच म्हणायचं! इकडेही चांगलं म्हणायचं, आणि तिकडेही!"

बोलता बोलता खांद्यावरील पिळा तिनं उलगडला. तो पिळा पातळाचा होता. तो तिनं झट्दिशी झटकला आणि टाचा उंचावून छोटीशी आकर्षक उडी घेतली; तसं ते पातळ छपरावरून खाली लोंबत राहिलं.

"तिकडे गेल्यावर कोणतं पातळ खरेदी केलंस; हेच का?" त्यानं विचारलं.

"होय!" ती म्हणाली व आत गेली. गल्लीतील लोकांच्या संशयी नजरा तिनंही हेरल्या होत्या तर!

त्या पातळाकडे वेगळ्याच नजरेने तो पाहू लागला. आपल्या पैशातून घेतलेलं पातळ ते हेच... ही रतनची निवड. चॉकलेटी पदरावर जर असलेली...

थोरल्या मामाच्या घरी पंधरा दिवस काढल्यानंतर रतनला परत गल्लीतील बंडूमामाच्या घरी आणलं गेलं. दुसऱ्या दिवशी रतनची आई व भाऊ निघून गेला. आणि पूर्वीसारखी ती धाकट्या मामाच्या घरी राहू लागली; पण पूर्वीचं तिचं सारं स्वातंत्र्य हिरावून घेतलं गेलं आणि एखाद्या कैद्याचं जिणं तिच्या माथी मारलं गेलं. बाजारहाट, किराणी दुकानाला वगैरे पूर्वी रतन जात असे. आता म्हातारी जाऊ लागली. धुणे-पाणीही म्हातारीच करी. अशी नजर रतनवर राहू लागली. रतनची मावशी मुरगुडला होती. तिचा मुलगा सूर्यकांतही या वर्षापासून शिक्षणासाठी येथे राहू लागला होता. तो कॉलेजच्या पहिल्या वर्षाला होता. म्हातारी बाहेर गेल्यावर सूर्यकांत घरी राही; सूर्यकांत नसल्यावर म्हातारी राही. असा पहारा चालू होता...

त्या पहाऱ्यातूनही रतनने त्याला अनेक पत्रं लिहिली; आणि आपल्या मैत्रिणींकडून गुपचूप त्याच्याकडे पाठवून दिली.

ती पत्रं वाचून त्याचं पुरं जीवनच बदललं. अंतर्बाह्य बदललं. ज्या कारणांमुळे रतनच्या मनात वारंवार आत्महत्येचे विचार येत, ते कारण जाणून घेण्यासाठी एक महिनाभर त्याने सतत तिचा पिच्छा पुरविला, तेव्हा कुठे ती हळूहळू बोलती झाली. तिचं स्पष्टीकरण वाचून मात्र तो माणसांतून उठला. भ्रमिष्टासारखी त्याची अवस्था झाली. आपल्याही नकळत आपण तिच्यावर अंत:करणपूर्वक प्रेम करू लागलो होतो, आणि ही रतन मात्र अशी निघावी...? तो एक जबर धक्का होता– त्याच्या श्रद्धेला, विश्वासाला... त्याच्या जिव्हारी एक वेगळीच जखम झाली; पण आपलं दु:ख कसं नाहीसं करता येईल, याचा तो विचार करू लागला. त्यातून त्याला एकच मार्ग दिसला. रतनची सर्व कहाणी तिच्या वडिलांना कळवावी आणि तिला इथून घेऊन जाण्यास विनवावे...

अन् तो पत्र लिहू लागला... कामातील सवडीनुसार तो लिहीत असे. पत्र पूर्ण होण्यास चार दिवस लागले आणि वहीची पाठोपाठ बेचाळीस पाने भरली. इतकं दीर्घ पत्र आयुष्यात त्याने कुणालाही लिहिलं नव्हतं...

श्री. शंकरराव खौरे यांना;

माझं हे अनपेक्षित पत्र पाहून कदाचित आपणास आश्चर्य वाटेल! पण केवळ राहवलं नाही, म्हणून हे मी लिहीत आहे. काळीज पिळवटून टाकणारी ही कहाणी रतन शंकरराव खौरे या दुर्दैवी मुलीची आहे. आपण या मुलीचे वडील आहात या समजुतीने मी हे लिहीत आहे. या मुलीची आई खुद्द तुमच्या जन्मगावी, खुद्द तुमच्याच घरी राहते व तेथून तीन मैलांवर असलेल्या रेल्वे स्टेशनवरील ऊदकाड्यांच्या कारखान्यात काम करायला जाऊन आपले व आपल्या पोरांचे पोट भरते; ती आपली पत्नीच ना? येथे असलेली तानीबाई पठाडे नावाची म्हातारी आपली सासूच ना? तिचा मुलगा बंडू पठाडे हा आपला मेहुणाच ना? आणि त्याच्या घरी लहानपणापासून राहिलेली, वाढलेली रतन नावाची पोर ही आपली मुलगीच ना? वरील प्रश्नांची उत्तरे 'होय' अशी असतील, तर रतन शंकरराव चौरे नावाच्या मुलीचे आपण वडील आहात! आणि हे नातं आपणास अमान्य असेल, तर पुढील सर्व काही वाचण्याचा त्रास

आपण कृपा करून घेऊ नये; तर मेहरबानी करून या पत्राचे वाचन येथेच संपवून ते फाडून टाकावे; पण आपण असे काही करणार नाही, अशी मला आशा आहे; कारण रतन ही आपलीच मुलगी आहे, हे जगाला माहीत आहे व मलाही. तेव्हा वडीलकीचं नातं आपण अमान्य करणार नाही, म्हणून हा प्रश्न मी केला.

काळजाला घरं पाडणारी ही कहाणी अशा एका दुर्दैवी मुलीची आहे की, जिला आई आहे, वडील आहेत; सहा भाऊही आहेत; तरीही तिला कुणाचा आधार नाही. ती आधारासाठी आईकडे गेली, तर तिने वाटाण्याच्या अक्षता दाखविल्या. वडिलांकडे गेली तर ते म्हणाले,

"लहानपणापासून तू जिथं वाढली आहेस, तिथंच राहा. इथं माझ्याजवळ नको. हवा तर मी तुझा खर्च देतो. तसेच लग्नासाठी पैसेही..."

आणि अशा प्रकारे वडिलांनीही दूर ढकललेली ही दुर्दैवी मुलगी परत या नरकात येऊन पिचत-कुजत पडली. तर तिची ही कहाणी. हिच्या वडिलांना ही एकुलती एकच मुलगी असूनही स्वत:च्या नजरेखाली सांभाळणं, वाढविणं, मोठी करणं जमलं नाही! का? कारणं व उत्तरंही अनेक असतील. कदाचित त्या वेळी तुमच्या सासूने आग्रह धरला असेल, 'रतन राहू दे इथेच. मी तिला सांभाळीन, वाढवीन, मोठी करीन.' आणि आपल्या आईच्या या आग्रहाला तुमची पत्नी बळी पडली असेल. अशा प्रकारे रतनवर आपल्या आई-बापापासून, त्यांच्या प्रेमापासून, त्यांच्या वात्सल्यापासून दूर, या आजोळी, राहण्याचं नशिबी आलं असेल. तर हे सर्व तर्क करीत आता बसायचं. खरी परिस्थिती काय होती, ते एक आपल्या कुटुंबीयांनाच माहीत!

रतन अशी येथे आजोळी दिसामासांनी वाढू लागली. मोठी होऊ लागली. शाळेला जाऊ लागली, तिचं एक छोटंसं विश्व असं खुलू-फुलू लागलं, जगाच्या बऱ्या-वाईट नजरेचा तिला पत्ताही नव्हता; आणि तो तसा असावा, असं तिचं वयही नव्हतं... मध्ये तुक्या नावाच्या तिच्या थोरल्या मामाचं लग्न झालं. बायको घरीं आली. काही दिवस नांदून सासुरवाडीतल्या माणसांशी न पटल्याने या गावातच वेशीबाहेरील जकातनाक्याजवळील एका घरात वेगळी राहिली. असेही काही दिवस गेले. आणि मग एके दिवशी आपल्या नवऱ्याशी भांडून, रुसून ती

माहेरी निघून गेली. बायको निघून गेल्यावर तुक्या परत आपल्या आईच्या घरी राहायला आला... या गल्लीत नळांना पहाटेच्या वेळी पाणी सुटते. तेव्हा पहाटे रतन पाणी भरायला उठायची. त्यावेळी तुक्या तिचा हात धरून ओढायचा. तशी रतन आजीला हाक मारायची; मग तो हरामी हात सोडून द्यायचा. त्या वेळी रतन त्याला शिव्याही द्यायची; पण त्या शिव्यांचेही त्या निर्लज्ज माणसाला काही वाटायचे नाही... रतन दुपारी घरी एकटीच झोपलेली असायची; आणि तेव्हा तो हरामी पापी हेतूने घरी यावयाचा... अन् झोपलेल्या त्या निष्पाप पोरीवर बलात्कार करण्याचा प्रयत्न करू लागायचा. दगडाखाली पाल सापडल्यासारखी रतन तडफडायची. त्या बदमाशाच्या ताकतीपुढे कोवळ्या रतनची ताकद अपुरी पडायची... आता काय करावं? रतन भांबावून जायची. ओरडावं, तर आपलीच बेअब्रू. धास्तावून जायची रतन. तिचं वय तर केवढं तेव्हा? खेळण्या-बागडण्याचं, हसण्याखिदळण्याचं तिचं ते वय! अशा कोवळ्या वयातल्या रतनवर संधी मिळेल तेव्हा तुक्याने बलात्कार केले... रतनलाही समजेनासं झालं– आता काय करावं? कुणाला सांगावं? ती असा स्वत:शीच विचार करीत राही. स्वत:लाच त्रास करून घेत राही... सहनशक्ती संपली, म्हणजे हाती गावेल त्याने ती तुक्याला मारायचीही. तो बदमाश मार खाऊनही वर निर्लज्जपणे हसत राहायचा... जेवायला तो घरी आला की 'रतनच मला वाढू दे,' म्हणून हट्ट धरायचा. म्हातारी किंवा अन्य कुणी घरी असले, तरी तो बदमाश त्यांची नजर चुकवून रतनला डोळे मारीत राहायचा; तर केव्हा अश्लील खुणा करीत राहायचा... तर असा फार पूर्वीपासून तुक्याचा प्रत्यक्ष आपल्या भाचीमागे कामुक वासनेचा ससेमिरा चालू होता व आताही आहे.

गेल्या वर्षीचीच गोष्ट– काही कामानिमित्त तुमचा धाकटा मेहुणा बंड्या इचलकरंजीला गेला होता. तेव्हा म्हातारी व तुमची मेहुणी तंबाखूच्या कामाला जात होत्या. दिवस उन्हाळ्याचे. सिझनचा ऐन बहर. त्यामुळे रातपाळ्या-पहाटपाळ्या असत. म्हातारीला व सावित्रीला रात्रीचा एक किंवा पहाटेचे सहा वाजायचे घरी येण्यास... तुमच्या नंबर दोनच्या मेहुणीचा मुलगा सूर्यकांत गेल्या वर्षी परीक्षेत नापास झाल्याने येथे नव्हता. तर मुरगुडला होता. त्यामुळे रतन घरी एकटीच असे.

अशा संधीचा फायदा तुमचा हरामखोर मेहुणा तुक्या घेतल्याशिवाय राहील कसा? बंड्या घरी नव्हता, म्हणून त्या आठवड्यात तुक्या या घरी झोपायला येत असे. या आठवड्याभरात दोन वेळा त्या हरामखोराने दुर्दैवी रतनला मारलं. दुपारच्या दोनच्या सुट्टीत ती शाळेहून घरी जेवणास येत असे. आणि तो हरामी तर टपूनच बसलेला असे. रतन येताच आपली पापी इच्छा तो व्यक्त करी. रतनने नकार देताच तो राक्षस पिसाळून जायचा; आणि ढोराला मारावं तसं त्या बिचारीला मारायचा! शंकरराव, चुलीत जळणासाठी कशा प्रकारची लाकडे घालतात, ते तुम्हाला माहीतच आहे. तर त्या जळणाऱ्या लाकडाने त्या आठवड्यात दोन वेळा व त्यापूर्वी एकदा– असं तीन वेळा तुक्याने रतनला मारलं आहे. शेजारचे लोकही तो भयंकर मार पाहून चुकचुकायचे. म्हणायचे,

"असे ढोरागत कुणी आपल्या बायकोलाही मारत नाही; तू मारतोस, पण ती मेली, तर काय करायचं?"

यावर उलट त्या बोलणाऱ्यालाच तुक्या तंबी द्यायचा,

"आमच्या घरची तुम्हाला कशाला उसाभर पाहिजे! तुम्ही कशाला मापं काढता आमची, आमचं आम्ही काहीही करू!"

हे ऐकून कानफडात बसल्याप्रमाणे शेजाऱ्यांची अवस्था होऊन जायची; अन् त्यांना गप्प बसणं भाग पडायचं. त्या राक्षसाने इतक्या वेळा रतनला मारलं तरी घरातील कुणीही तिला विचारलं नाही, 'बाई गं, का मारलं त्यानं तुला?' उलट थेरडी कामाहून घरी परत आली, तेव्हा रतनलाच वाईट वाईट शिव्या देत म्हणाली, 'मारलं तर मारलं! कुणी परक्यानं मारलं काय? आपल्या मामानंच तर मारलं; आणि ही गतकाळी रुसतीया!'

या शिव्या ऐकायला तेव्हा रतन घरी नव्हती. तो अमानुष मार खाऊन रडत रडत ती तशीच उपवाशी पोटाने शाळेला गेली होती; पण मी त्या शिव्या ऐकल्या होत्या.

अशा प्रकारे फार फार दुःखात, त्रासात रतनचं ते सातव्या इयत्तेचं वर्ष संपलं. परीक्षा झाली. सुट्टी पडली; पण रतनच्या मागचा तुक्याचा त्रास काही कमी होत नव्हता. केवळ आपली पापी वासना भागविण्याची संधी मिळावी, म्हणून तेव्हा तो दिवसातून सहा-सात वेळा घरी यावयाचा. त्याच्या भयाने रतन केव्हा शेजारी जाऊन बसे. केव्हा आजीच्या

वखारीकडे जाई; पण असा हा घरातलाच साप, किती टाळायचे आणि किती चुकवायचे? त्या वेळी रतनला एकच ध्यास होता, "मला गावी पोहचवा. मी आईकडे राहणार..."

रतन गावी जाऊ नये, म्हणून थेरडीने व सावित्रीने अनेक देव-देवऋषी केले. अंगारे-धुपारे व भंडारे आणून तिच्या जेवणात मिसळले; पण रतन आपला हट्ट काही सोडत नव्हती. त्या वेळी रतन अपार दुःखात व त्रासात होती. रडत-झगडत दिवस काढत होती. आपलं हे विचित्र व किळसवाणं दुःख कुणाला सांगायचं धैर्य तिला होत नव्हतं. रतन अशा प्रकारे दिवस ढकलत होती आणि तो हरामी तर वरचेवर घरी येत होता. येताना तो कामशास्त्रावरील पुस्तक आणायचा व ते रतनने पाहिलं नाही, की तिला अश्लील शिव्या देऊ लागायचा!

असा पद्धतशीरपणे गलिच्छ पाठपुरावा करून त्या हरामीनं रतनला जगणं नकोसं केलं त्यावेळी! त्या बदमाशाच्या अशा या त्रासामुळं एकदा रतन तळ्यातही पडावयाला चालली होती; पण मला दारात पाहून आवरली.

रतनची परीक्षा संपल्यावर पंधरा दिवस भवती न् भवती असा घोळ घातला जाऊन अखेर एके दिवशी सकाळचे नऊच्या सुमारास म्हातारी रतनला घेऊन तिच्या आईकडे पोहोचविण्यास निघाली. तो एप्रिल महिन्याचा अखेरचा मंगळवार होता. त्यानंतर रतन तिकडेच तीन महिने होती. ती इतक्या दूर गेली, तरी तुमच्या मेहुण्याचे गलिच्छ चाळे थांबले नव्हते. त्या तीन महिन्यांच्या कालावधीत तो बदमाश सहा-सात वेळा तिकडे जाऊन आला. तेव्हा मात्र रतनला आपल्या पुढल्या भवितव्याची थोडी थोडी कल्पना येऊ लागली, त्या वेळी उराशी फार मोठ्या आशा बाळगून ती बिचारी तुमची नोकरी असलेल्या गावी तुम्हास भेटावयास आली. अखेर, आपले वडील तरी आपणास आश्रय देतील, असं तिच्या भाबड्या मनाला तेव्हा वाटलं असेल! पण शंकरराव, तुम्ही तिचं दुःख जाणून घेण्याचा थोडाही प्रयत्न केला नाहीत, तर उलट तिला सांगितलं,

"लहानपणापासून जेथे राहिलीस तेथेच राहा जा!"

अशा वेळी तुम्ही तिला विश्वासात घेऊन विचारायला हवं होतंत, 'बाळ, असं माझ्या आश्रयाला येण्याजोगं कुठलं कारण घडलं? असं

झालं तरी काय, ते तरी मला सांग! मी तुझा बाप आहे. वैरी नव्हे!' अशा प्रकारे तुम्ही तिला धीर दिला असतात, तर कदाचित तिनं घडाघडा आपलं दु:ख तुम्हाला सांगितलंही असतं! पण, तुम्ही मोठी माणसं; आपला राग–आपला मान–अपमान–अभिमान जपत व जोपासत राहिलात! काही वर्षांपूर्वी या लोकांनी तुमचा अपमान करून येथून पाठवून दिलेलं तेवढं तुम्हाला आठवत राहिलं. आपण रतनला आधीच सांगत नव्हतो का– 'बाई गं, ती माणसं वर काढणारी नव्हेत, तर बुडविणारी आहेत.' तरीही ती तिकडेच राहायला गेली, हेच तुम्हाला स्मरत राहिलं; पण आपण हे रतनला सांगितलं, तेव्हा तिचं वय तरी काय होतं व तेव्हा तिला जगाच्या बऱ्या-वाइटाची कल्पना तरी होती का, याचा विचार तुम्ही तेव्हा केला नाहीत! लहानांचं काहीं चुकलं असल्यास वडील माणसांनी जरब लावून त्यांना नीट मार्गाला लावायचं असतं की नाही, या प्रश्नाचाही आपण विचार केला नाही. अन् येथेच आपली पहिली चूक झाली. तर त्या चुकीची कटू फळे आता आपल्या मुलीला चाखावी लागत आहेत. मुलीची अब्रू काचेसारखी. तिला तडा गेला की पुन्हा तो सांधता येत नाही. तर रतनच्या अब्रूला हा असा तडा गेला, त्याला आपलं हे असं बेजबाबदारपणाचं वागणंही खूपच कारणीभूत होतं व आहे, हे सत्य कृपा करून आपण नजरेआड होऊ देऊ नका! परमेश्वराने ही आपली चूक दुरुस्त करण्याची संधी आपणास दिलीही. आपण आश्रय द्याल, या अपेक्षेने रतन आपणाकडे आली, तेव्हा ही चूक आपणास दुरुस्त करता आली असती; पण आपण त्या दुर्दैवी पोरीच्या तोंडाला पाने पुसलीत व तिला परत पाठविलेत.

निराश झालेली रतन परत आपल्या आईच्या गावी गेली; पण त्या माउलीलाही आपली ही उपवर लेक म्हणजे गळ्यातील धोंडच वाटली असावी; कारण स्वत:जवळ रतनला ठेवून घेतलं असतं, तर तिचं लग्न करण्याची जबाबदारी व खर्च स्वत:च्याच शिरावर पडला असता; म्हणून तिने उरसाच्या निमित्ताने रतनला पुन्हा या गावी आणलं! येथे आल्यावर ती रतनसह आपल्या त्या हरामी भावाच्या, तुक्याच्या घरी पंधरा दिवस राहिली. सगळीकडून आधार तुटलेली रतन; पण या अवधीत तुक्याने दोन वेळा तिच्यावर झडप घातली. आपल्या बदमाश मामाचा नीचपणा रतनने आईला सांगितला, तेव्हा त्या प्रेमळ माउलीनं

काय म्हणावं? ती म्हणाली,

"तू आहेस व तो तुक्या आहे. दोघंही तळ्यात जाऊन पडा! मला काही सांगू नकोस!"

"तूच असं बोलल्यावर माझी पुढं काय वाट? तूच सांग; मला रस्ता दाखव!"

"तू कुठंही जा. काहीही कर. मला काही सांगू नको."

ती माउली बोलली व परत जाताना पुन्हा पूर्वीसारखी म्हातारीच्या घरात तिला ढकलून ती आपल्या गावी निघून गेली.

रतननं विचार केला, येथे राहून आपलं काही चांगलं होत नाही आणि एका बाजारी बाजारात गेल्यावर तिने ढेकणाच्या औषधाची बाटली आणून ठेवली. ते पिऊन आत्महत्या करायची, असंच तिनं मनाशी ठरविलं. सुदैव इतकंच की, बाटली तिनं लगेच पिऊन टाकली नाही, तर धीर धरला. आता आपण तुक्याच्या घरी नाही, तर आजीच्या घरी आलो आहोत, काहीतरी फरक पडेल, सुधारणा होईल, तुक्या सरळपणे वागू लागेल, असा रतन स्वत:ला धीर देत राहिली...

असाच श्रावण महिन्यातला पहिला सोमवार आला. वर्षातील एक अत्यंत पवित्र दिवस. दुपार होती. बंडू जेवून कामाला गेला होता. गेल्या महिन्यापासून सूर्यकांत पुन्हा येथे शिक्षणासाठी आला होता. त्या वेळी तो कॉलेजला गेला होता. तंबाखूचा सिझन संपल्याने सावित्रीने आता मोतिराम शेठजीच्या घरी घरकाम धरल्याने ती कामावर गेली होती. म्हातारी रिकामीच होती; पण ती कुठे गेली होती कोणास ठाऊक! तर अशी वेळ साधून तुक्या घरी आला आणि झोपलेल्या बेसावध रतनवर त्याने बलात्कार करण्याचा प्रयत्न केला.. रतन जागी झाली... धडपडून तिनं सुटका करून घेतली. वाईट वाईट शिव्या देत तुक्या निघून गेला... तशी मग रतन आपल्याच थोबाडीत मारून घेत मनाशी म्हणू लागली, 'हे पाप मामा कधी- तरी फेडेल; केव्हातरी फेडेल!'

यानंतर रतनने दोन दिवस खूप विचार केला आणि मरून जाण्याचा निर्णय घेतला. तिला वाटलं, आपण आणलेली ढेकणाच्या औषधाची बाटली पिण्याची हीच वेळ आहे. आपण असेच जगलो, तर आपल्या आयुष्याचे असेच धिंडवडे निघणार... अशाच केव्हातरी आपण गरोदर राहू अन् मग अवघ्या आयुष्याची माती होऊन जाईल! आपल्या

आयुष्याचे हे धिंडवडे आजीला, मावशीला सांगावेत, तर त्यांनाही तुक्याचा नीचपणा आधीच माहीत झाला आहे. मग बंडूमामाला तरी सांगावं का? पण, त्या विचित्र स्वभावाच्या माणसाला हे समजल्यावर धक्काच बसेल आणि तो स्वत:च आत्महत्या करील! तेव्हा आपणच मरून गेलेलं बरं असं तिनं ठरविलं; पण त्या शेवटच्या क्षणी तरी देवाने तिला कशी काय सुबुद्धी दिली कोणास ठाऊक! तिने आपली सर्व करुण कहाणी व तो श्रावणी सोमवारचा प्रसंगही लिहून कळविला व या आठवड्यात मी मरून जाणार, बाटली पिणार, जगणार नाही, असा आपला ठाम निर्णयही कळविला...

आता तुम्ही विचाराल, 'तिनं हे सर्व आम्हाला न कळविता तुम्हालाच कसं कळविलं...' वगैरे...

तर यासंबंधी माझे तर्क असे आहेत, की तिच्याबद्दल अपार जिव्हाळा व अकृत्रिम सहानुभूती वाटणारा मीच केवळ आहे, असं तिला वाटलं असेल; किंवा तिला मी कुणी परका न वाटता अगदी नात्यातील वाटलो असेन. शिवाय आणखी एक तर्क असा की, गेली दोन वर्षं मी इथे आहे. या अवधीत तिने अडीअडचणीच्या वेळी अनेक वेळा माझ्यापुढे हात पसरला आहे व मीही तिला वेळोवेळी मदत केलीय! केवळ रतननेच नव्हे, तर काही वेळा म्हातारीने व एकदा तुक्याच्या बायकोनेही माझ्यापुढे हात पसरला आहे!

आता तुम्ही म्हणाल, 'तुम्ही मदत का करीत होता?'

तर माझ्या शिरावर रतनचे उपकार होते. मी वेळोवेळी तेथे पाणी पिण्यास जात असे. तसेच मोटारीच्या रेडिएटरमध्ये घालण्यासाठी मी तिथून बादल्या भरभरून पाणी अणीत असे. पाणी आणण्यास दुसरी घरं नव्हती का, असा प्रश्नही पडेल; पण या गल्लीतील लोक कसे आहेत, हे लिहायला बसलो, तर तो एक ग्रंथच होईल. शेजारची चौगुल्याची बाळाबाईच एके दिवशी मला ऐकू जाईलशा आवाजात म्हणाली होती, 'जाऊ दे तिकडे; कोण कुणाची उसाभर करणार?' जिला मी अडल्यानडल्या वेळी पैशांची मदत करीत होतो; तिनंच असं म्हटल्यावर मग इतर लोकांचं रामायण सांगणं राहू दे. सारांश, रतन अशी फार आपुलकीने माझ्याशी वागली व त्याचमुळे असेल; मरून जाण्याचा निर्णय घेण्यापूर्वी तिने तुक्याचा सारा नीचपणा मला लिहून

कळविला. रतनने ते सर्व मला कळविताच माझी तहान-भूक व झोपही पार पळाली. एक धक्काच बसला मला! मग माझं मीच मला सावरलं; आणि मनाशी ठरविलं, काहीही करायचं; पण रतनला मरू द्यायचं नाही. तिच्या निराश मनात जगण्याची जिद्द निर्माण करायची! मग दहा लोक दहा तोंडानं आपल्याविषयी काहीही बोलेनात का!

आधार नसलेल्या या गरीब पोरीच्या आयुष्याचे धिंडवडे माझ्या काळजाला बोचले, माझ्या डोळ्यांत पाणी तरारलं आणि मग पूर्वीचं सर्व काही मला आठवू लागलं...

पूर्वी मी येथील एका मोटार रिपेअरीच्या कारखान्यात नोकरीला होतो. तेथे रिपेअरीचे काम शिकल्यावर स्वत:चं गॅरेज असावंसं वाटू लागलं. आणि मग दोन वर्षांपूर्वी या गल्लीत मी गॅरेज घातलं. येथून टॅक्सी स्टॅण्ड, पेट्रोलपंप व मोटार स्पेअर पार्ट्सची दुकानं जवळच असल्याने मोटार वर्कशॉप्स या एक-दोन फर्लांगांच्या एरियातच आहेत. तर ही गल्ली त्याच एरियात येते. त्यामुळे येथे जागा मिळताच मी गॅरेज घातले... रतन कधीमधी गॅरेजमध्ये यावयाची. तेव्हा ती फारच लहान दिसायची आणि अल्लडही वाटायची. मी नुकतंच गॅरेज ओपन केल्याने सुरुवातीला कधी काम असायचं तर कधी नसायचं. काम नसलं, की मी बाकड्यांवर पडलेला असायचा. आणि अशा वेळी रतन आपल्या मैत्रिणींबरोबर दंगा करीत आत यावयाची. कधी मोटारीचे हॉर्न बटन दाब; कधी लाइट स्वीच ओढ, कधी टेबलावरील सेगरा सैल-आवळ कर, तर कधी बटन दाबून गॅरेजमधील ट्यूब पक्कन पेटीव– असे करीत राहायची. मी रागावलो, की या सर्व चिमण्या भुर्रदिशी उडून जायच्या. वाटायचं, कार्टी लहान आहे, दंगा करत्येय– हे असंच चालायचं या वयात! केव्हा ती खाऊसाठी वगैरे माझ्याकडे पैसे मागायची. की मी द्यावयाचा, तर कधी रागवायचा... शाळेची फी वेळीच दिली नाही, म्हणून आठ आठ दिवस ती घरी राहिली आहे व मी पैसे दिल्यावर पुन्हा शाळेला गेली आहे. चार चार दिवस एकाच मळकट कपड्यात ती वावरली आहे. आणि शेवटी नाइलाजाने तिने माझ्याकडून पैसे मागून घेतले आहेत. घरातील माणसांचं तिच्यावर एवढं प्रेम की, एकदा खुंटीवर ठेवलेल्या आपल्या पॅण्टच्या खिशातून पावली नाहीशी झाल्यावर 'तुझ्या आयला, तू घेतलीस होय पावली, बुटानं मारायला

हवं तुला!' अशा बंड्याने तिला शिव्या दिल्या आहेत! एकच परकर व एकच पोलकं वापरायला, अशा पोशाखात रतनने महिने न् महिने काढले आहेत. म्हातारीचं एखादं जुनेर अंगाभोवती गुंडाळून रात्रीच्या वेळी ती आपलं परकर-पोलकं धुवायची व वाळत घालायची. रात्रभर ते कपडे कोरडे झाल्यावर मग तेच सकाळी नेसून शाळेला जायची. तेही कपडे कधी तरी फाटायचे; पण मग तेच हाताने शिवून, अंगावर घालून कशीबशी अब्रू झाकत ती शाळेला जायची. कधी ती सुपात एवढेसे तांदूळ घेऊन निवडीत बसलेली असायची. तेव्हा मी विचारायचाही, "रतन, एवढंसं तांदूळ कुणाला गं?"

"बंडूमामासाठी..."

यावर पुढं काही विचारायचं धैर्य मला होत नसे, तरीपण मी ओळखायचा, बिचारीला दोन वेळा जेवणाला धडपणे भातही मिळत नाही! तरीही ती किती आनंदात असायची! इतक्या लहान वयात एवढा समजूतदारपणा मनाला शिकविणं, अंगी बाणविणं किती कठीण असतं!

माझ्या मनातील शंका ओळखून एकदा तर तिनं खोटंच सांगितलं, "ते का– मला दोन वेळा भात मिळतोय की जेवायला!"

ओठ खोटं बोलले, तरी डोळे खोटं बोलत नाहीत! तेव्हा माझ्या मनात असं यावयाचं, ही पोर येथे अशी हालअपेष्टांत जगते आहे; आणि हिचे आई-बाप काय करीत असतील? असल्या या खाईत काय म्हणून त्यांनी या बिचारीला लोटलं असेल? त्या वेळी मला तिकडील काहीच परिस्थिती माहीत नव्हती. मग एक एक समजत गेलं... तुम्ही पती-पत्नीने आपले राग–लोभ–भांडणं जपलीत, जोपासलीत आणि रतनला असं वाऱ्यावर सोडून दिलंत. मुलगा असता, तर काही काळजी नव्हती; पण ही तर मुलगी होती, मुलगी! आणि मुलीला आई-बापांनी स्वतःच्या नजरेखाली वाढविली, जपली–जोपासली पाहिजे. तर तुम्ही आपली जबाबदारी टाळलीत व रतनला सासूच्या घरात टाकून मोकळे झालात! त्यापेक्षा तिला एखाद्या अनाथाश्रमात टाकली असतीत, तर तिची अब्रू तरी अशी तडकली नसती. उष्ट्या पत्रावळीचं जिणं जगायला लागून अशी अल्प वयात नासून जायची तरी पाळी आली नसती तिच्यावर! किती मोठं पाप केलंत तुम्ही हे! या पापाला तुमचा मेहुणा

तुक्या जेवढा जबाबदार आहे, तेवढेच तुम्ही पती-पत्नीही! त्या बिचारीला तुम्ही इथे ठेवलंच नसतं, तर तिच्या अब्रूवर घाला घालायची काय छाती होती त्या हरामखोराची? रतन तिकडे गावाकडे आईजवळ तीन महिने होती, तर हा हरामी सहा-सात वेळा तिकडे गेला होता, त्यावर तरी तुमच्या बायकोने काय तो बोध घेऊन सावध व्हायला हवं होतं! रतन म्हणते, 'तुक्या किती हलकट आहे, ते त्या गल्लीतील लोकांनाही माहीत आहे. त्याच्या एका शब्दावरून तो किती हलकट आहे, ते माझ्या वडिलांनीही ओळखलं आहे.'

यावरून काय अर्थ काढायचा? म्हणजे तुक्या काय लायकीचा माणूस आहे, हे तुम्हा पती-पत्नीला माहीत असूनही तुम्ही आपल्या पोरीला या खाईत डोळे झाकून लोटून दिलंत, असं म्हणायचं का? रतन म्हणते, 'मी माझ्या वडिलांचं म्हणणं ऐकत होते, तर बरं होत होतं. वडील म्हणायचे, 'रतन तू तिकडे जाऊ नको. ती माणसं वर काढणारी नाहीत, तर बुडविणारी आहेत. तुझं काही कल्याण व्हायचं नाही तिथं!'

आणि दुर्दैव असं की, त्या वेळी तुम्ही वर्तविलेलं हे भविष्य आज खरं होत आहे!

तर रतन अशी बुडायला लागली होती. ती सर्व हरामी माणसं तिला बुडवीत होती. केवळ माझ्या प्रयत्नांवर व धीराच्या चार शब्दांच्या आधारावर ती तरली आहे. दोन वेळा तिनं आत्महत्येचा प्रयत्न केला व वाचली ती पण माझ्यामुळंच.

उरसानंतर पंधरा दिवस रतन तुक्याच्या घरी होती. त्याच्या अत्याचाराखाली ते पंधरा दिवस तिने कशा भ्रमिष्टावस्थेत घालविले आहेत, ते मला माहीत आहे. त्या वेळी रतनला आश्रय द्यायला इथलं कुणीच तयार नव्हतं. जो तो रतन आमच्या येथे नको म्हणत होता. आईही तिला गावाकडे न्यायला तयार नव्हती. आणि बापानं तर चक्क सांगितलं होतं, 'तू लहानपणापासून वाढलीस तिकडेच राहा.' असा कुठेच रतनला आधार नव्हता. एकदा नाक्याजवळील त्या घरातून ती गल्लीत आली होती, तेव्हा शेजारच्या बाळाबाईच्या घरी जाऊन ढसढसा रडली होती अन् तसेच अश्रू गाळत म्हणाली होती, 'मला कुठंच आधार नाही. मला आश्रय देण्यास कुणीच तयार नाही. आतां मी जगून काय

करू? सगळ्यांना मी नकोशी झाले आहे. त्यापेक्षा तळ्यात जाऊन पडते. मरून तरी जाते!'

माणसाच्या जन्माला येऊन दुर्दैवाचे दशावतार अनेकांनी भोगले असतील; पण केवळ १४-१५ वर्षांच्या आतच त्या कोवळ्या मुलीला असं हे डोंगराएवढं दु:ख भोगावं लागलं! काळजावरून काटेरी शिरं ओढल्यागत दु:ख होईल, असं हे रतनचं जीवन! तसं प्रत्येक व्यक्तीचं जीवन हे एक मिटलेलं पुस्तक असतं; अन् ते ती व्यक्ती स्वत:जवळच बाळगत-सांभाळत असते. आणि मग असंच कधीतरी दु:खाचं आभाळ कोसळतं. माणूस खचून-मोडून जातो. भांबावून गेलेलं ते माणूस मग आपल्या जीवनाचं पुस्तक अशा जवळच्या माणसापुढं उघडं करतं...

तर रतनच्या जीवनाच्या पुस्तकातील ही काही पानं. शंकरराव, वयाच्या मानाने मी थोडंबहुत जग पाहिलं आहे; आणि एक गोष्ट मात्र मी ओळखली आहे, अन् ती म्हणजे, जगात कुणीच कुणाचं नसतं. सगळी नाती झूट असतात. आपणच आपलं दु:ख एकटं आणि एकाकीच भोगायचं असतं! तर रतन आपलं दु:ख स्वत:च अशी भोगत, जगत आली आहे; अन् आता तिची सहनशक्ती संपत आलीय. कुणीही माणूस झालं, तरी अखेर किती दिवस दु:खाशी झगडत राहणार? एके दिवशी दु:ख तरी हरणार किंवा माणूस तरी! तर रतनच्या दु:खाने रतनला असं हरवून टाकत आणलं आहे!

स्वत:चा घात करून घेण्यापूर्वी रतनने मला सर्व काही कळविलं होतं, तेव्हा रागाने मी पेटून गेलो होतो. दुसऱ्याच दिवशी बंडूची भेट घेऊन त्याला मी म्हणालो,

"तुझ्या माघारी तुझाच थोरला भाऊ प्रत्यक्ष आपल्या भाचीशी हे असं नीच वर्तन करीत आलाय आणि यापुढं त्याला घरी यायचं बंद केलं नाही, तर रतन काही जगत नाही... ती मरणार..."

एवढं सांगितल्यावर मला भावनावेग अनावर होऊन मी ढसढसा रडूच लागलो; पण तो नालायक म्हणाला,

"मेली तर मरू दे ती; वाळली खाटपिडा त्येच्या आयला!"

"रतन म्हणजे कुण्या झाडाचा पालाबिला की काय! तिला कुणाचा आधार नाही, म्हणून छळवाद मांडलाय होय तुम्ही साऱ्यांनी!" आणि उसळून मी म्हणालो, "तिनं आत्महत्या केली, तर तो एक खून होईल.

हे सर्व माहीत असूनही तुम्ही सर्व गप्प बसलात, तर त्या खुनाला तुम्हीच जबाबदार आहात, असं मी समजेन! तुम्ही सर्वांनी रतनचा असा बळी घेतलात, तर मी मात्र तेव्हा गप्प बसणार नाही, हे आताच सांगून ठेवतो!''

बंड्याप्रमाणे थेरडीला व सावित्रीलाही दोन वेळा भेटून मी ताकीद दिली. थेरडी तर म्हणाली,

''तुक्या तुझा भाऊ आहे, असं समज आणि भांडण काढू नकोस; चूक पोटात घाल!''

''आजी, असा तुक्यासारखा माझा भाऊ असता तर या– या हातांनी मी त्याचा खून केला असता व सरळ कचेरीत हजर झालो असतो!''

ऐकून म्हातारीचं तोंड खर्रकन् उतरलं. तसा मीच म्हणालो,

''तुक्याचं हे नीच कर्म तुला, तुझ्या लेकीला पूर्वीपासून माहीत आहे; बंडूला माहीत नव्हतं; त्यालाही सांगितलं आहे. तेव्हा आता यापुढे त्याच्याकडून घरखर्चाला पैसा जरी घेतलास, तर रतनचं भाडं घेतलंस, असं मी समजेन!''

''नाही रे बाबा, आता यापुढं त्याच्याकडून काही घ्यावं तर शेण खावं!''

असं म्हातारी बोलली आणि चार-पाच दिवसांनी घरमालकीण भाडं मागायला आली तेव्हा तिनं तुक्याला घरी बोलावून आणून त्याच्याकडून पन्नास रुपये घेतले! आणि त्यानंतरही घरखर्चाला सारखे पैसे घेत असतेच! सारांश, ही सारीच माणसं रतनचं भाडं खायला सोकावली आहेत. थेरडीला अजूनही चहाबरोबर बिस्किटं लागतात. तिला कापलं तर तुमचं आख्खं गाव जेवील अशी तयारी आहे! रतन तर लिहिते–

'आजी तर माझी भाडं खायला बसलीय! काय करू? कुठं जाऊ? मुलगा असते, तर कुठेतरी पळून गेले असते; पण मुलगी होऊन चुकले आहे! तुक्या तरी मी मेल्याशिवाय घरी यायचा बंद होत नाही!

तेव्हा मी रतनला कळविलं– 'रतन, लवकरच तू आता या नरकातून सुटण्याचा प्रयत्न कर. नोकरी करणारा तुझा थोरला भाऊ चार-सहा दिवसांनी भेटायला येणार आहे, असं म्हणतीस ना? तर त्याला तुझी सर्व कहाणी सांग व त्याच्याबरोबर तू गावाकडे निघून जा...'

आणि भाऊ आल्यावर रतनने त्याला सांगायचं ते सारं सांगितल्यावर भाऊ म्हणाला,

"पाहतो– विचार करून काय ते कळवितो." नि तो निघून गेला.

त्यानंतर पंधरा दिवसांनी रतनला घेऊन जायला तो आला तेव्हा थेरडीनं उलट त्यालाच दरडावलं,

"रतनचं लग्न नाही झालं तर आम्ही तिला मारून टाकतो; पण तिकडं काही पाठवून देत नाही!"

थेरडीनेच रतनला लहानाची मोठी केल्याने भावाला तर पुढे बोलायला जागाच राहिली नाही! तो बिचारा निराश होऊन परत गेला व रतन आतल्या सोप्यातच रडत बसली...

आपल्या भारतीय संस्कृतीचं हेच मोठं वैगुण्य आहे की, इथं स्त्रियांना काही किंमतच नाही. त्यामुळे 'रतन, तुझी काय इच्छा आहे; इथं राहणार की तिथं?' असं तिला विचारायची कुणाला जरुरी वाटली नाही.

तर अशा अडाणी व अर्धवट डोक्याच्या माणसांनी रतनचं वाटोळं करून टाकलं! या लोकांनी तिच्या पोटाला अन्न घालून मोठं केलं; पण त्याच्या बदली मोलकरणीगत घरकामासाठी तिला राबवून घेतलं; आणि आता ती बिचारी मोठी झाली, तर तिनं घरची कामं उपसायची अन् वर तोंड मिटून अश्रू गाळत त्या हरामखोर तुक्याचा त्रासही सोसून घ्यायचा. त्या दोन वेळच्या अन्नाच्या बदल्यात असं हे दुहेरी काम रतनला करावं लागत आहे! या लोकांना रतनची, रतनच्या अब्रूची काहीच किंमत वाटत नाही; तर उलट तुक्याचंच महत्त्व वाटतं! कारण तोच घरभाडं भागवितो. घरखर्चाला पैसे देतो. आणि रतन? ती बिचारी तर त्यांच्या उरावर भार; म्हणून तिला महत्त्व नाही, किंमत नाही!

मध्ये वडगावची माणसं येऊन रतनला पाहून गेली आहेत...

गणेश विसर्जनाच्या दुसऱ्या दिवशी एका छोट्याशा कारणाचं निमित्त करून तुक्याने पुन्हा रतनला मारलं! तिच्या मानेवर एक चपराक लगावली! रतनच्या डोळ्यांत टचकन् पाणी आलं. ती आत गेली आणि जळणाचं लाकूड आणून त्याच्यापुढे करीत म्हणाली,

"मार, तुला किती मारायचं आहे तेवढं मार!"

यावर तो हरामी कशाला बोलेल? आणि मग रतन आत आली

आणि कचाकच जमिनीवर हात आपटून घेत आपल्या नशिबाला बोल लावीत त्रास करून घेऊ लागली. हातातील कांकणे फुटली, अन् परातीतल्या पिठात सगळ्या काचा विखुरल्या!

हे समजताच मी भडकून गेलो. रतनकडे पृच्छा केली, 'का मारलं त्या हरामखोरानं तुला?'

रतननं कळविलं, 'अलीकडे माझ्या अंगाला हात लावायला त्याला मिळत नाही. त्या रागानं काहीतरी निमित्त काढून त्यानं मारलं!'

यानंतर मी म्हातारीला भेटलो. विचारलं,

''आजी, काल सकाळी तुक्यानं रतनला परत मारलं! का मारलं, सांग मला!''

''नाही रे बाबा, खुंटीवरचा पटका...''

''आजी, उगीच काहीतरी बडबडू नकोस! ते केवळ निमित्त होतं; खरं कारण तुलाही माहीत आहे... त्या हरामखोराला आता काय मी सैल सोडणार नाही; फार मस्ती आलीया काय साल्याला!''

आणि मी तुक्याला मारण्याची तयारी केली; पण कसं कोण जाणे हे रतनला कळलं, नि गडबडीने तिनं एक चिठ्ठी पाठवून दिली,

'रामू, भांडण होऊन मारामारी झाली तर त्यात माझीच अब्रू जाणार. त्यामुळं माझं लग्न होणं कठीण होऊन बसणार आहे. तू भांडण काढलंस तर इकडे मी बाटली पिऊन बसणार, हे लक्षात ठेव.'

रतनच्या या धमकीने मी घाबरून गेलो. ही वेडी पोर असं काहीतरी करून बसेलही; कारण विषाची बाटली ती जवळ बाळगून आहे. अनेक वेळा मी मागणी करूनही तिने ती दिली नाही. उलट सांगितलं,

'मी जन्मले तेव्हाच सटवाईनं माझ्या कपाळावर विषाची बाटली पिऊन मरून जाण्याचं लिहून ठेवलं आहे! बाटलीशी माझी जन्माची गाठ मारली आहे...'

तुक्याचा गळा घोटण्यासाठी माझी बोटं शिवशिवत होती. रक्त उसळी मारीत होतं; पण रतनने हा असा पेच घातला; त्यामुळे मला राग गिळून गप्प बसण्याची पाळी आली आहे. खरंच, शिवाजी महाराजांचा काळ असता, तर ज्या पापी वासनेने तुक्याने अनेक वेळा आपल्या भाचीला डोळे मारले, ते डोळे फोडले गेले असते. ज्या हातांनी त्या हरामखोराने तिला ओढलं, ते हात मी कचाकच तोडले असते! पण, हा

भारतीय लोकशाहीचा काळ! इथं काहीही केलं, तरी प्रथम कायद्याच्या कलमांवर बोट ठेवलं जातं... कुठं एखाद्या मुलीवर बलात्कार झाला व अविचारानं काही केलं त्याविरुद्ध तर ते करणाऱ्यालाच शिक्षा होऊन बलात्कार करणारा तो नराधम मात्र तसाच मोकळा सुटतो! बलात्कार झाल्यावर प्रथम कचेरीत कळवावं लागतं. त्या दुर्दैवी मुलीची मग डॉक्टरी तपासणी व तिच्यावर खरोखरीच बलात्कार झालाय हे कोर्टात पुराव्यासह सिद्ध झाल्यावर मग शिक्षा; पण तोवर इकडे त्या दुर्दैवी पोरीची अब्रू मात्र पार धुळीस मिळते अन् तिला अवघा जन्म लग्न न होता कुजत राहण्याची पाळी येते... या अशा विपरीत परिस्थितीमुळे तुक्यासारखे नराधम मोकाट सुटतात. रतन तर स्पष्ट म्हणते, 'आईशी संग करून बापाला रामराम करणारी तुक्याची औलाद आहे.'

खरंच शंकरराव, तुमच्या सासूचा एखाद्या जनावराबरोबर संबंध आला असला पाहिजे, म्हणून तर तुक्या नावाचं हे नकटं जनावर जन्माला आलं आहे. या थेरडीनं काय एक एक नमुनेदार मुलांना जन्म दिलाय! हा थोरला तुक्या आपल्या सख्ख्या बहिणीच्याच अश्राप मुलीवर अनेक वेळा बलात्कार करून आपली वासना शमविणारा, त्याच्या पाठीवरचा संकेश्वरवाला तर घरजावई होऊन बायकोच्या पैशावर चरत बसलेला; आणि हा धाकटा बंड्या तर पावली टाकलेला– षंढ! याला कसला तो रागच नाही. तुक्याचा सगळा नीचपणा मी एवढ्या तळमळीने बंड्याला सांगितला, दोन वेळा भेटून सांगितला; पण तुक्याचं घरात येणं बंद करण्यासाठी याच्या हातून काही कृती होत नाही, त्याच्या शब्दाला तुक्या तर काहीच किंमत देत नाही. शिवाय थेरडीची तुक्याला फूस आहे. त्याला ती सांगते,

"रामूच्या नजरेपुढनं, ग्यारेजवरनं घराकडे येत जाऊ नकोस. तर या दुसऱ्या रस्त्याने येत जा!"

नशीब, थेरडी राहिलेल्या घराला मागील बाजूस दार नाही. ते असतं, तर मागील दाराने आपल्या लाडक्या लेकाला आत घेऊन नातीला त्याच्या ताब्यात देऊन आपण पुढील दाराने पशार झाली असती! बंड्या तर निराशेने असं म्हणतो,

"मला त्या घरात काहीच किंमत नाही! जेवायला वाढलं तर जेवायचं, नाहीतर बाहेर पडायचं; एवढंच!"

असा हा बोटचेप्या स्वभावाचा बंड्या! त्याच्या लग्नात त्याला भेट वगैरे द्यायचा प्रसंग जर मजवर आला, तर मी त्याला एक चोळी व लुगडे अन् डझनभर बांगड्या भेट म्हणून देईन व सांगेन,

"बंडू, हे घाल अंगावर अन् जोगता होऊन जोगवा मागत फिर!" पुरुष म्हणून जगण्याचा तुला काही एक अधिकार नाही. ओठावर मिशा ठेवल्या व लग्न करून पोरांची वीण वाढविली म्हणजे काही पुरुष म्हणत नाहीत! आपल्या आश्रयाखालील, आपल्याच घरातील पोरीच्या अब्रूचं रक्षण करीत नाही तो पुरुष कसला! अरे, तो नामर्द, भ्याड, गांडू! त्यानं गांडूपणाचंच जिणं जगावं!"

असा हा बंड्या! आणि रतनची मावशी, नवऱ्याने टाकलेली ती बाई– सावित्री, कशी आहे? ती म्हणजे तर और नमुना! मी तिला भेटलो तेव्हा असाही एक प्रश्न विचारला होता,

"रतनला तुक्याने तीन वेळा मारलं. एकदा तो लाकडाने तिला मारत असताना सुट्टीतून तूही अचानक घरी आलीस, तेव्हा त्या हरामखोराच्या तावडीतून रतनला सोडवून घ्यायचं सोडून तूही बाहेर पळून गेलीस. का? सांग मला!"

तसा सावित्रीचा चेहरा पांढराफटक् पडला होता! ती म्हणाली होती,

"त्याची भीती वाटते मला. त्यानं मलाही एकदा मारलं होतं! तू गप्प बस रामू, आम्ही संकेश्वरवाल्या शिरप्याला बोलावून आणून तुक्याचा बंदोबस्त करतो. तू मात्र भांडण काढू नकोस!"

या गोष्टीला तीन आठवडे होऊन गेले. तरी अजून संकेश्वरवाला येतोच आहे, नि तुक्याचा बंदोबस्त करतो आहे!

सारांश, घरातील ही तीन तऱ्हेची तीन माणसं सर्वच भाडखाऊ! आणि सूर्यकांत? तो तर एक गरीब विद्यार्थी. पोटार्थी. त्याला घरातील या सर्व किळसवाण्या प्रकाराची काहीच कल्पना नसणार! आपण हे जे अन्न खातो, ती रतनची, आपल्या मावसबहिणीची भाड आहे, हे त्याला समजलं तर तो पट्‌दिशी प्राणच सोडील!

तर मला असा प्रश्न पडला, आता या हराम्याचा बंदोबस्त कसा करायचा? प्रत्यक्ष भेटून जरब बसवावी, तर बाचाबाची होऊन नक्कीच भांडण होणार... अन् मग तिकडे रतनचा काय भरोसा? तिनं काही आपलं बरंवाईट करून घेतलं तर?... काय करावं समजेना! मग खूप

विचार करून त्याला मी एक पत्र लिहिलं–

आज तू प्रत्यक्ष भाचीवर बलात्कार केलेस. उद्या तुझी मुलगी मंगली मोठी झाली, म्हणजे तिच्यावरही बलात्कार करशील. मला तुझी मुळीच दया येत नाही. तुझा खून केला, तर माणसांच्या या जगात शिक्षा होईल; पण देवाच्या दरबारात त्या कृत्याबद्दल शाब्बासकीच मिळेल! यापूर्वी मी एकदा तुझी हाडं मऊ करून तुला चांगलंच तुडवून काढलंय. तर आताही तुझा नांगा मोडायला मला मुळीच वेळ लागणार नाही; पण भांडण–मारामारी वगैरे झाली, तर बिचाऱ्या रतनची बेअब्रू होऊन ती माणसांतून उठेल' म्हणून मी माझा राग आवरून धरलाय! हे सरळ भाषेत मी सांगतोय, ते ऐकून तू आपलं वागणं सुधारलंस तर बरं आहे; नाहीतर जोड्याची भाषा कशी असते; ते तुला ऐकवीन!

असा मी त्याला चाप लावताच तो बदमाश मनातून भ्याला आणि शंकरराव, ही एक गोष्ट खरी आहे की, जो माणूस पापी असतो, तो असाच भित्रा असतो! आता तो हरामी पूर्वीसारखा रतनला त्रास देत नाही; तर फक्त शिव्याच देत राहतो, "माझ्यावर पहारा करायला कुणाकुणाला नेमलं आहेस?" असं म्हणतो आणि असाच बोंबलत तो निघून जातो.

रतनला मी बजावून ठेवलंय, 'रतन' यापुढं तो नुसता तुझ्या अंगावर हात तर टाकू दे; तू फक्त मला हाक मार किंवा कोणाला तरी बोलवाय पाठवून दे. मी त्या हरामीला घरातून बाहेर ओढून गटारीत तुडवून घालतो की नाही बघ!' अन् तिला बजावलं, यापुढे त्याने तुला पैसे वगैरे काही जरी दिलं तरी तू ते घेऊ नकोस! तुला तो काकणाला पैसे देतो म्हणतोय ना? रतन तुझ्या हातात काकणे नसतील, तर तशीच भुंड्या, उघड्या हातांनी राहा; पण अब्रू उघडी पडू देऊ नकोस. तुला तो बदमाश रिबिनीला पैसे देतो म्हणतोय ना? तुला रिबिनी नसल्या, तर वेणीला चिंध्या बांध; पण अब्रूच्या चिंध्या होऊ देऊ नकोस! आजवर त्याने तुझ्या कोवळ्या वयाचा फायदा घेतला; अन् तू भांबावून गप्प बसत, सोसत आलीस. तर रतन, यापुढे अशी गप्प बसून स्वत:ला त्रास करून घेऊ नकोस; तर फक्त मला कळवीत जा!'

यानंतर तीन-चार वेळा त्या हरामखोराने रतनला काकणांसाठी पैसे देऊ केले; पण रतनने ते घेतले नाहीत. त्यावर मग नेहमीसारख्या

शिव्या देत तो बदमाश चालता झाला...

रतन शंकरराव खौरे नावाची एक दुर्दैवी पोर अशी आजवर जगत आली; तिची ही थोडक्यात कहाणी. सांगावं तेवढं थोडंच आहे, तिच्या आयुष्याबद्दल. तिला नात्यातील सर्व माणसे असूनही आईचं वात्सल्य, बापाची माया किंवा भावाचं प्रेम लाभलं नाही! ही एक अशा उमललेल्या कळीची कहाणी, की ज्या हातांनी तिला उमलविलं, त्याच हातांनी तिला कुस्करून टाकण्याचा गुन्हा केला! ही एक अशी वेल, तिला वाढविणाऱ्या हातांनीच नख लावलं गेलं! ज्या उमलत्या वयात हसायचं, खिदळायचं, हुंदाडायचं, त्या वयात तिच्या नशिबी, 'माझं पुढे काय? कसं होणार पुढे माझं? असे प्रश्न अंधारातच अंधाराला विचारत, मुक्या मनाने मुके कढ आवरीत अश्रू गाळत बसण्याची पाळी आली! शंकरराव, तुम्ही एकदा रतनला म्हणाला होतात–

''रतन, तुझ्या आजोळची माणसं वर काढणारी नव्हेत, तर बुडविणारी आहेत!''

शंकरराव, तुम्ही 'माणसं' म्हणून उलट गौरवच केलात यांचा! अहो, ही माणसं नव्हेत, तर जनावरं आहेत ही, जनावरं; यांना 'माणूस' म्हणणं म्हणजे मानवजातीचा अपमान करणं होय!

तर अशा या जनावरांच्या तावडीत तुम्ही रतनला लहानाचं मोठं होऊ दिलंत व तिच्या आयुष्याचं असं पोतेरं केलंत! तुम्ही पित्याची जबाबदारी टाकलीत आणि तिला अशा या जनावरांच्या संगतीत सोडलंत, हा एक तुमचा फार मोठा पराक्रम आहे! तुम्ही तिथे सुखाने, आनंदाने घासावर घास अन्न गिळत होतात, त्याच वेळी तुमच्या रक्तामांसाचा हा गोळा स्वत:च्या अश्रूंबरोबर कष्टाने एक-एक घास घशाखाली ढकलत होता. तुम्ही आरामशीरपणे घोरत तेथे झोप घेत होतात; त्याच वेळी स्वत:च्या आधार नसलेल्या कणामोडक्या आयुष्याचा विचार स्वत:शीच करीत येथे अंथरुणावर रात्र-रात्र जागून काढत होती ही दुर्दैवी पोर! तुम्ही तिच्या लग्नासाठी पैसे देणार होतात; पण तेच पैसे तिच्या सरणासाठी तुम्हाला खर्च करण्याची पाळी आली असती– मी इथे नसतो तर!

तुमच्या या सासूला नातीच्या अब्रूपेक्षा आपल्या कुपुत्राचीच जास्त काळजी आहे! मी तुक्यावर दात ठेवून आहे, हे तिला समजल्यापासून

रतन जेवायला बसली, की ही थेरडी नेमकी तिच्या पुढ्यात जाऊन डोळ्यांना पदर लावून बसते, अन् स्फुंदत म्हणते,

"सगळी माझ्या पोराच्या जिवावर उठली आहेत!"

असलं हे बोलणं ऐकून रतन सुन्न होऊन जाते. तिच्या हातातील घास हातातच राहतो आणि ती मेल्या मनाने तशीच ताटाकडे पाहत राहते! रतनबद्दल थोडी जरी माया, थोडं तरी प्रेम, जरा तरी आपुलकी थेरडीला वाटली असती, तर रतनच्या अब्रूपेक्षा लेकाचा जीव तिला प्यारा वाटला नसता! 'घरात येशील तर खबरदार' म्हणून पायातील चेपली दाखवून तिनं तुक्याला चापलं असतं! थेरडीला तर मी एकदा डोळ्यांत पाणी आणून सांगितलं,

"आजी, रतनची भाड खाऊ नकोस. तुक्याकडून पैसे घेऊ नकोस! घरभाडं तुझ्या हातून फिटत नसेल तर धर्मशाळेत जाऊन राहा; पण त्याचे पैसे घेऊन मिंधी होऊ नकोस. तू म्हणतेस, 'काल साखर पाहिजे होती, म्हणून त्याच्याकडून पैसे घेतले.' पण, आजी, तुला चहाची तलफ उठली, तर पाणी पिऊन राहा; पण त्याच्या पैशातून चहा पिऊ नकोस! जरा तरी अब्रूनं राहा आजी, रतन तुझी लेकच आहे, असं समज नि त्याप्रमाणंच तिला सांभाळ!"

पण, वाळूत पाणी ओतल्यागत सारं व्यर्थ ठरलं! थेरडी अजूनही त्याला घरात घेते, तो आला म्हणजे त्याला चहा करून पाजते व जाताना त्याच्याकडून पैसे उकळते. रतन तर म्हणते,

"आजी तर माझी भाडच खायला बसलीय!"

आणि हे किती खरं आहे!

शंकरराव, मी लिहिलेलं हे सर्व तुम्हाला खोटंच वाटत असेल, तर गावी जाऊन आपल्या बायकोला विचारा– 'रतन, तुझ्याकडे तीन महिने होती, तेव्हा तुक्या तेथे किती वेळा आला होता? त्यावरून तरी तुझ्या मनात संशयाची पाल का चुकचुकली नाही? गल्लीतील सर्व लोकांना तुक्या किती हरामखोर आहे हे माहीत असताना तुला तेवढं ते कसं कळलं नाही? उरसाला बोलवायला तुक्या आला, रतनला घेऊन तू येथे आलीस व त्याच्या घरी पंधरा दिवस राहिलीस, त्या अवधीत काय घडलं? तुक्याच्या बायकोनेही तुला सांगितलं नाही का, 'रतनशी माझ्या नवऱ्याचा संबंध आहे' म्हणून? खुद्द रतननं तुला काय सांगितलं?

पंधरा दिवसांनंतर एका मध्यरात्री तू रतनसह राहत्या कपड्यानिशी तुक्याच्या घरातून बाहेर पडून म्हातारीच्या घरात गेलीस; याचं कारण काय? अशी कोणती घटना घडली, त्या शेवटच्या रात्री? रतनला म्हातारीच्या स्वाधीन करून गावाकडे जाताना तू शेजारच्या बाळाबाईला सांगितलंस, 'रतनकडे थोडं लक्ष राहू दे हं, कुठंतरी तळ्यात वगैरे जाऊन पडेल, घात करून घेईल!' तू असं सांगण्यामागे कुठलं कारण, कुठली भीती लपली होती? रतन जीव देईल, असं तुला वाटत असतानाही तू तिला तिथेच ठेवून का आलीस? तिथं रतनचं कल्याण होईल, असं तुला वाटलं का? त्या लोकांना तिचं जर कल्याणच करायचं होतं, तर तिला नहाणं येऊन अडीच वर्षं होऊन गेली, तरी त्यांनी तिचं लग्न का लावून दिलं नाही?

तेव्हा शंकरराव, जा आपल्या गावी, आणि विचारा आपल्या बायकोला वरील प्रश्न, अन् काय उत्तरं मिळतात ती ऐका!

रतनला असंही भय वाटतं की, हे सर्व माझ्या वडिलांना कळलं, तर ते प्रथम गावी जाऊन आईचा खून करतील व मग मला नेण्यास येतील. माझे वडील फार रागीट आहेत!'

परिस्थितीच्या पेचात सापडलेली रतन. तिला सर्वत्र अशा खून व मारामाऱ्याच दिसतात. याशिवाय यातून काहीं मार्ग निघेल, हे तिला कसं पटवावं आणि आता रतन असंही म्हणते की, माझे दुःखाचे दिवस आता संपत आले आहेत व सुखाचे दिवस लवकरच येणार आहेत. आणखी आठवड्याने वडगावचे लोक येतील. माझं लग्न ठरेल. चार-पाच दिवसांनी गावाकडून आईही येणार आहे; म्हणून तू वडिलांना काही कळवू नकोस. वडील किंवा वडलांचं पत्र आलं, तर त्याच दिवशी मी आत्मघात करून घेईन.'

रतनचं लग्न ठरतं आहे, ही फार चांगली गोष्ट आहे. आजवर या पोरीने आपल्या छोट्याशा खांद्यावर व इवल्याशा काळजावर दुःखाचे, अपमानाचे व यातनांचे अनेक डोंगर झेलले. तेव्हा आता तरी त्या बिचारीला सुखाचे दिवस येऊ देत; पण या आनंदी घटनेत दुःख केवळ याच एका गोष्टीचं असेल की, या लग्नासाठी तुक्या पैसे खर्च करील आणि तो पैसा म्हणजे रतनशी त्याने मजा मारून आपली पापी वासना शमविली, त्याचा मोबदला! तेव्हा अशा पापाच्या पैशावर रतनचं लग्न

होऊ दे का? तिच्या भावी सुखाचं विश्व अशा पापाच्या पैशावर उभं राहायचं का? प्रश्न एवढेच केवळ; आणि तेच क्लेशकारक आहेत!

लग्न झाल्यानंतर रतन माहेरपणाला जेव्हा जेव्हा येईल, तेव्हा तुक्या झडप घालायचा प्रयत्न करील. तिने प्रतिकार करताच म्हणेल, 'अगं तुला कुणाचा आधार नव्हता. आईनं टाकलं होतं, आणि बापानं ठोकरलं होतं. या तुक्याच्या पैशानं तर तू संसाराला तरी लागलीस! लग्नाआधीचे तुझे-माझे संबंध सांगू का तुझ्या नवऱ्याला? त्या वेळी काय होईल?

बघ, कुजत पडशील जन्मभर इथेच...'

शंकरराव, तुमच्यापेक्षा अधिक व कितीतरी चांगला मी तुक्याला ओळखतो... रतनला तो असं धमकावल्याशिवाय राहणार नाही! तेव्हा अजूनीही वेळ गेली नाही. अद्यापही हे सर्व काही टाळता-थांबविता येईल. त्याकरिता तुम्ही तुमच्या पत्नीशी असलेलं भांडण मिटवून तिला विश्वासात घेतलं पाहिजे... म्हणजे काय? तर रतनचं लग्न तुम्ही पती-पत्नीने स्वतःच्या पैशानं केलं पाहिजे; आणि दुसरं म्हणजे, रतनचं लग्न ठरल्यावर ते होईपर्यंत तिला तुम्ही इथून हलवून आपल्या ताब्यात घेतलं पाहिजे. ती इथेच राहिली, तर तुक्या केव्हा डाव साधेल, ते सांगता येत नाही; कारण अजूनीही तो बदमाश दिवसातून तीन-चार वेळा घरी येतो.

पण, मी इथे आहे, तोवर रतनच्या अंगावर त्याला हात टाकायचा झाला, तर प्रथम माझ्या मुडद्यावरून जावं लागेल. हे मी घमेंडीत सांगत नाही. तरीही मी माझं सामर्थ्य व माझ्या मर्यादा ओळखतो. माझ्या माघारी रात्री इथे काय घडेल, ते सांगता येत नाही! कारण घरातील सर्व भाडखाऊ तुक्याच्या बाजूने; रतनच्या बाजूने कुणी नाही.

दुसऱ्यांनी सांगूनही स्वतःचं भलंबुरं कळत नाही, अशी रतन एक मूर्ख व अल्पबुद्धिमत्तेची मुलगी आहे. स्त्रियांना आधीच जेमतेम बुद्धिमत्ता असते; अन् रतनला तर ती फारच कमी आहे. ही पोर विनाकारण मरून जाऊ नये, हिच्या मागचा त्या बदमाशाचा गलिच्छ ससेमिरा नाहीसा व्हावा, म्हणून मी धडपडत आहे; तर रतनचं उलटंच सुरू.

'मी तुला सर्व सांगूनच चुकले. मुकाटपणे पंचमी दिवशी मरून जात होते, तेच बरं होतं.'

नंतर शेजारच्या बाळाबाईला तर ती चक्क म्हणाली,

"कशाला हा माझ्या घरच्या माणसांना भेटून ओरडत फिरतो आहे! कुठवर सहनशक्ती आहे तोवर मी सहन करते; नाहीतर मग एके दिवशी मरून जाते. माझा प्रश्न हा वरचेवर का काढीत आहे?"

मला हे समजताच, मी कपाळावर हात मारून घेतला. मनात आलं, अशा अडाणतट्टू मुलीच्या बाबतीत आपण काही करायला गेलो, तेच मुळात चुकलं. आता ही पोरटी मेली, तर मरू दे. आपण मध्ये पडायचं नाही...

मग मनात आलं, अजूनही रतन लहान आहे, तिचं वय फार तर १४-१५ असेल-नसेल. तिला आपलं बरंवाईट व जगातल्या लोकांचे डावपेच कसे कळणार? तिला खुद्द स्वत:च्या मामानेच नासवून टाकलं आहे. तरी पण तिला त्या चिखलातून बाहेर काढून एक माणूस म्हणून अब्रूनं जगायला शिकविणं, हे आपलं कर्तव्य आहे. आपण तहानलेले असताना वेळोवेळी पाणी वाढून तिनं आपला धर्म पाळलाय. तर आपण आता आपला धर्म पाळून त्या ऋणातून उतराई झालं पाहिजे. रतन आज आपणास शिव्या देतेय ना? देऊ देत. परमेश्वरा, मला सहनशक्ती दे, त्या शिव्या सहन करण्याची. त्या शिव्यांनी माझ्या अंगाला भोकं पडलेली नाहीत. माझ्या या प्रयत्नांमुळे रतनचं काही चांगलं झालं, तर निदान एवढं तरी तिला वाटेल– 'रामू नावाचा एक खुळचट माणूस होता. मला हे सुखाचे दिवस पाहायला मिळाले, त्यामागे त्याचेही काही प्रयत्न कारणीभूत आहेत!'

एवढं जरी तिनं म्हटलं, तरी माझ्या श्रमाचं सार्थक झाल्याप्रमाणे आहे.

रतन दहाजणीगत असेल, किंवा दहाजणींहून सामान्यही असेल; पण ती माणूस आहे; जनावर नव्हे! पण तिच्या आयुष्याला कोंडवाड्यातील एखाद्या जनावराची अवकळा आली आहे. तुक्या वेळोवेळी घरी येऊन तिला शिव्या देतो व छाती फुगवून येऊन निघून जातो. वाटतं, पुढं व्हावं नि त्याचं नरडं पकडून विचारावं,

'साल्या, लढाईहून परत आल्यागत छाती फुगवून जातोस येथून. चांगला पराक्रम आहे तुझा हा– भाचीला नासविण्याचा! केवळ सातआठशेसाठी बाचं घर त्या शिंप्याकडे गहाणवट पडलंय, ते सोडवून

घेतलं असतंस किंवा बंड्याचं लग्न केलं असतंस, तर तो एक पराक्रम झाला असता, तो एक पुरुषार्थ म्हटला असता!'

काही वेळा असंही वाटतं, की त्या हरामखोराला एखाद्या मोटारीत घालून लांब पळवून न्यावं– एखाद्या निर्जन जागी; आणि चांगलं बडवून काढावं, तिथं हा ओरडला, तरी कुणाला ऐकू जाणार नाही; तिथं हा तळमळला तरी कुणी पाहणार नाही! मग वाटतं, जोवर रतन त्या घरात आहे, तोवर आपण असं काही केलं, तर हे लोक उलटा तिलाच त्रास देऊन जगणं अशक्य करून टाकतील!

म्हणून शंकरराव तुम्हालाही राग आला असेल, तर तो आवरून डोकं शांत ठेवून विचार करण्यासारखी ही गोष्ट आहे. रतन जोवर या घरात आहे, तोवर तुम्ही बाहेरून काही कराल, तर त्याचा उलटा रतनला त्रास होणार आहे. तेव्हा प्रथम रतनला येथून हलविलं पाहिजे– काहीतरी युक्तीने. त्यासाठी दिवाळी-दसऱ्याचं हे चांगलं निमित्त आलं आहे. आपण आपल्या पत्नीला विश्वासात घेऊन 'दिवाळीला पंधरा दिवस रतनला गावी नेतो,' असं सांगून तिकडे न्यावं आणि मग तिला बोलवायला तुक्याच तिकडे येईल, मला खात्री आहे. त्या वेळी तो बदमाश ज्या पायांनी तिकडे चालत येईल, ते पाय प्रथम तोडून टाका व मगच त्याच्याशी बोला! पण, कृपा करून स्वत: मात्र इकडे येऊ नका. आलात तर भांडण पेटेल आणि पाच-सहा वर्षांपूर्वी तुम्हाला इकडून अपमानास्पद अवस्थेत घालवून दिलं, त्याची पुनरावृत्ती घडेल. असं काही घडलं, तर त्याचा रतनच्या मनावर परिणाम होऊन ती स्वत:चंच काही बरंवाईट करून घेईल. ही खोटी भीती नव्हे, तर सत्य परिस्थिती आहे.

मला तरी यात दोनच मार्ग दिसतात. एक म्हणजे, तुम्ही तुमच्या बायकोला विश्वासात घेऊन तिच्यामार्फत रतनची येथून सुटका करणे आणि दुसरा म्हणजे इथल्या लोकांनी रतनला पाठवून देण्यास नकार दिला, तर सरळ कचेरीत जाऊन पोलिसांच्या मदतीने मुलीचा ताबा घेणे.

समजा, वडगावचं स्थळ ठरलं, तर रतनला तिकडूनच परस्पर वडगावला नेऊन लग्न समारंभ उरकून घेणंच योग्य होईल; पण तिच्या जीवनातील या पवित्र कार्यावर इथल्या पापी लोकांची सावलीही पडू

देऊ नका आणि शेवटचं, रतनला इथे जास्त दिवस ठेवू नका.

तुम्हास जे काही सांगायचं ते मी सांगितलं. आता कर्तव्यपूर्तीचं समाधान मला वाटत आहे. तुम्ही काय करायचं योजलं आहे, ते मला कळविलं नाही तरी चालेल; पण हे पत्र आपल्या हाती पडून आपण पूर्णत: वाचलं आहे, एवढी पोच देण्यास मात्र विसरू नये. कळावे.

आपला,

रामचंद्र शिर्के

सात

रामू, तू माझ्या वडिलांना पत्र घातलं आहेस की काय, याची मला काळजी लागली आहे. चार-पाच दिवस झाले, माझं डोकं काही थाऱ्यावर नाही; आणि मला शांतपणे झोपही नाही. देवाने मला मरण दिलं तर फार फार चांगलं होईल बघ. देवाकडे माझं तर हेच मागणं आहे.

आज सोमवार. माझं मलाच समजेना, मला काय होत आहे ते. आज मला भूक नाही, की तहान नाही, देवाने अशी शांत शांत का बरं ठेवली आहे मला? काल माझं अंग फार दुखत होतं. त्यामुळे मी घरातील काहीच काम केलं नाही; तर आजी दिवसभर माझ्यावर रागावत होती. मग मी माझी मलाच शिक्षा करून घेतली. दिवसभर जेवले नाही. अंथरूण पण घातलं नाही. तोवर बंडूमामा आला व बाकावर बसत आजीला म्हणाला,

"रतन अजून का झोपली नाही?"

"आता झोपेल की..." आजी म्हणाली.

तसं माझ्या डोळ्यांतून टचकन् पाणी आलं. माझा मीच कपाळावर हात मारून घेतला व तशीच बसून राहिले... रात्रभर मला झोपही आली नाही...

रामू, तू म्हणतोस, 'गावाकडून

कोणी बोलवायला आलं, की चटकन उठून त्यांच्याबरोबर जा.'

पण, रामू इथंच मी मोठी झालेय. इथल्या माणसांनीच मला वाढविलंय. तेव्हा इथून जायचं झालं, तर खूप खूप विचार करायला हवा.

अजूनही आमच्या घरातील लोकांना देव पुरे झाले नाहीत. कमीच्या आईच्या अंगात येतंय. सारखं तिला विचारतात. तिनं आजीला व मावशीला सांगितलंय, 'रामूच्या मनात पाप नाही, तर तुक्याच्याच मनात पाप आहे.'

रामू, देवाने आम्हाला विचार करावयासच असं जन्माला घातलं आहे... तू तिकडे दु:खी, मी इकडे. रामू, माझे दु:खाचे दिवस संपणार आहेत; कारण लवकरच या वडगावच्या स्थळाचं नक्की होईल. माझं लग्न ठरेल. सुखाचे दिवस येतील; पण तू माझ्या वडिलांना पत्र मात्र घालू नकोस. नाहीतर मी घात करून घेईन, हे लक्षात ठेव. आणखी दहा-बारा दिवसांनी वडगावचे लोक येणार आहेत.

तुक्या अजूनीही घरी येतोय. आजी त्याच्याकडून खर्चाला पैसे मागून घेते.

मी ब्लाऊज शिवायला टाकला आहे. तो आणण्यासाठी मला पैसे हवे होते. मला तू भेटणार होतास; पण का भेटला नाहीस? मला भेटून तू काय सांगणार आहेस? ते मला पत्रातून सांगता नाही का येणार? मला भेट; पण माझ्याशी भांडण काढायचं असेल तर भेटू नकोस. अगोदरच माझं डोकं फिरायची पाळी आली आहे; त्यात तू आणखी माझ्याशी भांडण काढलंस, तर मग मी काही जगत नाही. जास्त काय लिहू?

– रतन

रतन, आज तू केर टाकायला बाहेर आली होतीस, तेव्हा तुझा चेहरा उतरलेला दिसला मला. एवढी कसली गोष्ट इतकी जिवाला लावून घेतली आहेस सांग बरं? आज तुझा आवाजही

कुठे ऐकू येईनासा झाला आहे. गेले चार दिवस आनंदात होतीस; आजच एवढं काय तू मनाला लावून घेतलं आहेस, सांग मला! तुझ्यावर मी रागावलो, असं समजतेस; पण रतन, मी माझ्याच दुःखात खिन्न, निराश, उदास होऊन बसलोय! सकाळी तुझं दार वाजलं, म्हटलं, रतन आता केर टाकायला बाहेर येणार; त्या वेळी आपण तिला बाहेर दिसलो नाही, तर 'रागावून रामू आतच बसून राहिलाय' असं समजून आणखी जिवाला लावून घेणार; तेव्हा उठलो, दाराशी आलो, तर तुझाही चेहरा तसा रडवा दिसला. रतन, माझं तर डोकं फिरायची पाळी आली आहे! निदान तू तरी आनंदात राहा. तुझा आवाज पुन्हा मला ऐकू येऊ दे. तुझं हसणं माझ्या कानांवर पडू दे... रतन, आणखी चार दिवसांनी गावी जाणार म्हणतेस; मला बरं वाटलं, ते वाचून! इथं तुझं काहीच कल्याण होणार नाही; म्हणून रतन तू तिकडेच राहा. तिकडे तू हालअपेष्टात राहिलीस, तरी तुझी अब्रू लुटायला तुक्यासारखा कुणी घरचाच काळ असणार नाही. म्हणून रतन, तुझं तिकडेच भलं होईल. समज, गावाकडून वडील आले, तरी त्यांच्याकडे तू राहा. आईपेक्षा वडिलांकडे जाऊन राहणं जास्त सुखाचं व सुरक्षितपणाचं होईल. आजवर जे काही मी माझ्या ताकदीनुसार प्रयत्न केलेत, ते सर्व तुझ्या कल्याणासाठी, तुझंच भलं व्हावं म्हणून केलेत. तुझा स्वभाव कसा आहे, तू कशी आहेस, तू माझ्याशी कशा प्रकारे वागलीस, ते सर्व मला माहीत आहे. मी तुला पूर्णपणे ओळखत आहे, रतन; पण तू मात्र मला ओळखलं नाहीस, हीच एक मोठी दुःखाची गोष्ट आहे. तू मला वारंवार धमक्या देतेस, 'मी बाटली पिऊन मरणार!' तू असं म्हटलीस, की त्या दिवशी मला धडपणे जेवणही जात नाही. रात्री अंथरुणावर पडलो, तर वाटतं– देवा, आजची ही रात्र सुरळीतपणे पार पडू दे. नाहीतर ती वेडी पोर खरंच बाटली पिऊन बसेल!' काल तू अशीच मला धमकी दिलीस; माझ्या जिवात जीव नव्हता बघ. आज सकाळी तुला मी बघितल्यावरच माझं मन थाऱ्यावर आलं. तेव्हा रतन, मी

आधीच दु:खी आहे. त्यात तू आणखी अशा आत्महत्या करण्याच्या वारंवार धमक्या देऊन माझ्या दु:खात भर घालू नको. अशामुळे चार दिवस जगायचा ते दोन दिवसांतच मी मरून जाईन!

रतन, मी माझं दु:ख तुला प्रत्यक्ष भेटूनच सांगणार होतो. ते लिहून कळविणार नाही. मग विचार केला, 'माझं दु:ख ऐकून रतनचं काळीज फाटून जाईल. ती आपल्या जिवाचं काही बरंवाईट करून बसेल; कारण आधीच तिचं डोकं थाऱ्यावर नाही. त्यात आणखी ही भर नको!' म्हणून रतन, तुला भेटून मी आता काहीच सांगणार नाही. तर रतन, तुझं लग्न होऊ दे. तुला मुलं-बाळं होऊ देत, त्यात रमून तू आपला संसार सुखासमाधानात कर आणि असेच म्हातारे झाल्यावर देवाने आपली भेट घडवून आणली, तर त्या वेळीच मी माझे आताचे दु:ख तुला सांगीन. तोपर्यंत त्या दु:खातच मी तळमळत राहणार आहे. रतन, मी माझ्या दु:खाने तुला तरी कशाला दु:खी करू? तेव्हा रतन, तू सुखाने अस. तू सुखी राहा. ते पाहून माझ्या डोळ्यांतही आनंदाश्रू येतील!

– रामू

रामू, तुझं पत्र मिळालं. तू वडिलांना पत्र लिहू नको, हे पुन्हा एकदा सांगते, त्यामुळे मलाच जास्त त्रास होणार आहे. म्हणून तू मला वचन दे, की पत्र घालत नाही, म्हणून.

आज तर माझं अंग खूप दुखत आहे. सकाळपासून मी झोपूनच आहे. देवाने यातच मला मरण दिलं तर फार फार बरं होईल!

जास्त काय लिहू? वडिलांना पत्र घालू नको, हे पुन्हा एकदा सांगते.

– रतन

रतन, या घरात तुझं काहीच धड होणार नाही. काहीच

कल्याण होणार नाही. तो बदमाश घरखर्चाला पैसे देतो, ते पैसे म्हणजे एखाद्या वारांगनेच्या घरात द्यावेत, तसे दिलेले पैसे आहेत. रतन, इथे तुझं लग्न ठरायला लागलंय; पण अशा पापाच्या पैशावर तू लग्न करून घेणार का? तेव्हा रतन, अशा पैशावर लाथ मार, थुंक पचापचा त्यावर व घरातील माणसांना सांग, 'तुक्याच्या पैशावर माझं लग्न होणार असेल, तर मला मारून टाका. माझं लग्न माझ्या आई-बापाच्या पैशावर झालं पाहिजे.

रतन, अजूनीही तू फार लहान आहेस गं; तुला काहीच समजत नाही. वेड्या पोरी, नीट विचार कर. एकदा नव्हे, दहादा कर. आणि इथे राहू नकोस; तर आई-बापाकडे राहा व त्यांच्या पैशावरच लग्न करून घे. तुझ्या सुखी संसारावर इथल्या या पापी माणसांची सावली पडू देऊ नकोस. इथं तुला बळजबरीने डांबलं, तर तू पळून तिकडे जा. तू जर इथल्या पैशावर लग्न करून घेतलंस, तर पुढे जन्मभर तुक्याचा त्रास होत राहणार. थेरडी काय आणखी सात-आठ वर्षांनी उलथेल. बंड्याचं लग्न होऊन तो आपल्या बायकोबरोबर राहू लागेल; मग रतन, तुझे हाल कुत्रंही खाणार नाही. मी तुझ्या घरच्या सगळ्यांना भेटून चाप लावल्यामुळे तुझ्या- मागचा त्या बदमाशाचा त्रास आता कमी झाला असला, तरी पुढे मी इथे असेनच असं नाही. तेव्हा रतन, मदतीसाठी तू कोणाच्या तोंडाकडे पाहत राहणार? म्हणून, आताच सावध हो व निघून जा. तिकडून कुणी बोलवायला आलं तर येथे राहू नकोस. तुला इथंच राहायचं असेल, तर मी समजेन– तुक्याची बटीक म्हणून रतनला राहायचं आहे; तेव्हा तिच्या सुखासाठी आपण प्रयत्न केले ते चुकलंच. म्हणून रतन मी तुला तळमळीने सांगतो– इथे राहू नकोस. निघून जा. आई-बापाकडेच राहा.

– रामू

रामू, तुझे पत्र मिळाले. तू म्हणतोस त्याप्रमाणे तुक्या माझ्या लग्नाला पैसे खर्च करणार नाही; उगीच मनात वाईटसाईट

विचार आणू नकोस. तर माझ्या लग्नाला दादा व वडील पैसे खर्च करणार आहेत. तुझ्या मनातील दु:ख मला सांगणार नाहीस का?

काल रात्रभर मी माझ्या आयुष्याचा विचार करून रडत होते. झोप तर नव्हतीच. तू दु:खी होऊ नयेस, म्हणूनच केवळ आज मी आनंदात असल्याचं सोंग करते आहे.

'मी गावी जाणार,' असं म्हणते आहे; पण घरातील लोक मला पाठवून देईनात. मी काय करू? तुक्या येऊन मला इतक्या वाईट शिव्या देतो, की त्या कुणाला सांगायला गलाच लाज वाटते. तो घरी आला की, त्याला सावध करून आजी पाठवून देते. त्याने इतक्या वेळा माझी अब्रू लुटली, तरी या लोकांना त्याचं काही नाही! खरंच रामू, ही माणसं माझी भाड खायला सोकावली आहेत. सूर्यकांत आज घरीच आहे. त्याची नजर चुकवून हे इतकं गडबडीने लिहिलं आहे. जास्त लिहिता आलं नाही. राग मानू नकोस. कळावे.

— रतन

रतन, गेल्या गुरुवारी दुपारी मी तुझ्याकडे पत्र पाठविलं होतं; त्याचं साधं उत्तरही तू पाठविलं नाहीस; की 'पोहोचलं' म्हणून कळविलं नाहीस! तुझं लग्न ठरायला लागताच तू मला पूर्णपणें विसरून गेलीस, हे एवढं बरंच झालं; असं मनाशी मी म्हणतो. आता माझा तुला काही उपयोग नाही आणि ज्या माणसांचा आपणास काही उपयोग नसतो, त्यांना दूर लोटून विसरून जाणारी माणसं असतात. रतन, तूही अशा माणसांपैकीच एक आहेस, हे कळताच मला वाईट वाटलं! रतन, आजपर्यंत मी मला, माझ्या अब्रूला डाग लावून घेतला नव्हता; पण तुझ्यामुळे माझी अब्रू गेली. माणसानं अब्रूनं जगावं म्हणतात. अब्रूच गेल्यावर आणखी काय राहिलं आयुष्यात?

आणि तुझी अब्रू? रतन, मी तुला विचारतो, तुला अब्रू म्हणजे काय, ते तरी माहीत आहे का? तुला अब्रू तरी आहे का? तुझी अब्रू तरी शिल्लक आहे का? ज्या वेळी तुक्याने,

तुझ्या मामानेच प्रथम तुझ्या तारुण्याचा उपभोग घेतला, त्याच वेळी तुझी अब्रू गेली. त्याच वेळी तू नासलीस. त्याच वेळी रतन तुझं आयुष्य म्हणजे एक उष्टी, खरकटी पत्रावळी झालं... आणि तुक्याचा हा सर्व नीचपणा तू मला कळविलास तेव्हापासून माझी झोप उडाली. या हरामापासून तुला कशी वाचवावी, याची काळजी करत मी कधी पोटभर जेवलोही नाही रतन! तुझी घरची माणसं काय किंवा आई-बाप काय करतील, अशी मी तुझी काळजी केली. उष्ट्या पत्रावळ्या उकिरड्यावर फेकून द्यावयाच्या असतात. तीच त्यांची लायकी. अन् तशीच जगाची रीतही असते! पण, रतन, तुझ्या आयुष्याची ही उष्टी पत्रावळ धुऊन स्वच्छ करीत बसून स्वत:चे हात खरकटे करून घेत मीच माझं जगात हसू करून घेतलं! रतन, असं माझ्याप्रमाणं कुणीच वागत नाही. रतन आहे व तिचा तो हरामी मामा आहे. हा त्यांच्याच घरचा प्रश्न आहे. तो त्यांचा त्यांनी सोडवोत किंवा मरोत, म्हणून कुणीही गप्प बसलं असतं!

रतन, तुझी सर्व परिस्थिती कळल्यावर तुला जन्म देणाऱ्या आईनं तरी काय केलं? आपली जबाबदारी झटकून ती निघून गेलीच ना? आणि तो तुझा बाप? तो हरामी, बदमाश बापही हे सर्व काही कळूनही अजून गप्प बसलाय! होय रतन, मी तुझ्या बापाला तुक्याचा सर्व हलकटपणा कळविला होता. चांगलं वहीच्या बेचाळीस पानांचं मोठं पत्र लिहून तुझी सर्व कहाणी मी तुझ्या बापाला कळविली होती– कामातील सवडीनुसार ते पत्र लिहून पूर्ण करण्यास मला चार दिवस लागले. रतन, आजवर तू ज्या त्रासात, ज्या हलाखीत आणि स्वत:च्याच मामाकडून बेअब्रू करून घेत कसे दिवस काढलेस, ते सर्व मी त्या पत्रात लिहिलं. ते लिहीत असताना कितीतरी वेळा माझा मीच गहिवरून आलो होतो. ते पत्र वाचून कठोर काळजाचा माणसूही ढसढसा रडला असता; पण रतन, तुझ्या त्या बदमाश बापाच्या काळजाला पाझर फुटला नाही! रतन, तुझ्याबद्दल तुझ्या बापाला काही प्रेम वगैरे वाटलं असतं तर

ते पत्र मिळताच धावत येऊन प्रथम त्यानं तुझी इथल्या या नरकातून सुटका केली असती! ते पत्र पाठवून तीन आठवडे होत आले रतन; पण त्या तुझ्या बापाने अजूनही काहीच हालचाल केली नाही. तो तुझा बाप कसला रतन, वैरी आहे वैरी! अन् ती आई तर कसली? ती पण वैरीण आहे! तर हे तुझे माता-पिता! स्वतःची वासना तृप्त करण्यासाठी हे एकत्र आले. तुझा जन्म झाला; पण या दोघांनी तुला आजीच्या घरी टाकली. इथे तू लहानाची मोठी झालीस; पण इथे तुझ्यावर चांगले संस्कार झाले नाहीत. पाप-पुण्य, अब्रू-बेअब्रू म्हणजे तरी काय असतं, हे समजायची साधी अक्कलही तुला आली नाही. आणि ते कार्य करण्याचं माझ्या दैवी आलं; माझ्या!

रतन, तुझ्या घरातील त्या सर्व भाडखाऊ माणसांच्या तोंडावर पान खाऊन पचापच थुंकावं असं वाटतं; पण तेवढीही त्यांची लायकी नाही! मी त्यांच्या तोंडावर थुंकलो, तर त्या थुंकीचाच त्यात अपमान आहे. मी त्यांना चार जोडे मारले, तर त्यात त्या जोड्यांचाच अपमान आहे, इतकी ती सर्व हलकट माणसे आहेत! काही दिवसांपूर्वी थेरडी व तुक्या बाजारात जात होती आणि मी सायकलवरून स्पेअर पार्ट्सच्या दुकानाकडे चाललो होतो. त्या दोघांजवळून जाताना थेरडी मला ऐकू जाईलशा आवाजात म्हणाली,

"आमचं आम्ही पोट भरून खायला लागलाव; नी हा काय म्हणून आमच्या मागं लागलाय?"

ऐकून इतका राग आला रतन मला; वाटलं, सायकलवरून उतरावं नि म्हणावं,

'थेरडे, स्वतःच्या नातीची भाड खायला सोकावली आहेस; कशाला असं पापं करीत पोट जाळते आहेस? त्यापेक्षा तळ्यात जाऊन पड; आता जगून तरी काय उपयोग तुझा?'

गॅसबत्तीवाल्याच्या दारात ही गोष्ट घडली. केवळ तुझाच विचार मनात आल्याने मी तेव्हा गप्प बसलो. मला तुझा भरोसा वाटला नाही. आपण थेरडीला असं काही म्हटलं, तर परत गल्लीत भांडण पेटलं असतं; अन् मग तिकडे घरात

रतनने आपलं काही बरंवाईट केलं तर? किंवा तसं कांही घडलं नाही, तर अशा भांडणामुळे रतनचीच बेअब्रू होऊन, तिच्या लग्नाचा प्रश्न कठीण होऊन बसेल! आजही थेरडी समोरच्या काकड्यांच्या बायकोजवळ जाऊन माझ्याकडे हात दाखवत दाखवत बोंबलत बसली होती. रतन, केवळ तुझं वाटोळं होऊ नये, म्हणून मी गप्प बसलोय. नाहीतर व्याज, मुद्दलासह हिशेब भागविण्यास मला वेळ लागणार नाही!

रतन, आता तरी तुझ्या मागची त्या हराम्याची पीडा कमी झाली आहे ना? शिवाय, आता तुझं लग्नही ठरायला लागलंय. मग ती ढेकणाच्या औषधाची विषारी बाटली का बरं जवळ बाळगली आहेस? फोडून टाक ती. मगच माझं मन निर्धास्त होईल.

रतन, तू या पत्राचं उत्तर पाठव अगर न पाठव. मी मात्र तुला वाचविण्याचं, त्या बदमाशाच्या पंज्यातून सोडविण्याचं कर्तव्य केलं आहे. तुला समाधान, सुख व आनंदही लाभला; बरं वाटलं मला! पण मी मात्र दु:खी आहे रतन. माझं हे विचित्र दु:ख कोणाला सांगू? असो. माझं दु:ख तूर्त माझ्याजवळ राहू दे; तू मात्र आनंदात राहा; सुखासमाधानात राहा.

– रामू

रतन, गेले चार दिवस झाले, माझं तर डोकं फिरायची पाळी आली आहे. गुरुवारी मी तुला पत्र पाठविलं, ते मिळाल्याचं साधं कळविलंही नाहीस तू मला! सांग रतन, का वागलीस तू अशी? तू मला टाळण्याचं असं काय कारण? तू अनेकवेळा माझ्याशी खोटे बोलली आहेस. खोटेपणाने वागली आहेस; आणि ते सर्व मी तुला सांगत बसलो, तर तूच स्वत:ला त्रास करून घेतेस. म्हणून आता ते मी उगाळत बसत नाही; पण निदान आता या शेवटच्या वेळी तरी तू माझ्याशी खोटं बोलू नको; खोटेपणाने वागू नकोस. लवकरच तू लग्न होऊन येथून जाशील; तेव्हा त्या शेवटच्या वेळी एकमेकांशी वाकडेपणा नको. चार ओळी खरडायला तुला वेळ नाही म्हणावं, तर

आज सकाळी मी तुझ्या दारावरून आलो, तेव्हा तू घरात लोळत पडलेली आढळलीस. मी तुला वेळोवेळी उपदेश करताना सांगत आलो, "रतन, काळीज सशाचं करू नको, तर गेंड्याचं कर!"

त्या वेळी मीही माझ्या मनाला शिकवीत होतो– 'रतन तुझ्याशी कशीही वागली, तरी तू मनावर परिणाम करून घेऊ नकोस. तू पण सशाचं काळीज घेऊ नकोस. तू पण गेंड्याचं काळीज घेऊन जग!'

पण रतन, मला हे जमलं नाही. मला तुझ्या या वागण्याचं दु:ख झालं. मी मोडून-वाकून गेलो. माझी उभारी संपली. जगात अनेक दु:खी माणसं असतात, मीही त्यातलाच एक होता; पण गेल्या दोन-तीन महिन्यांत तू तुझं दु:ख माझ्या शिरावर लादलंस. स्वत:चा मान-अपमान, अभिमान मी सोडला अन् तुझ्या घरातील माणसांना दोन-दोन वेळा भेटून तुझी करुण कहाणी सांगितली. रतन, तूही निलाजरी निघालीस. तुक्याने तुला आपली भोगदासी करून टाकलं, तरी 'तुक्या रिबिनीला, काकणाला पैसे देतो म्हणतोय; ते घेऊ का?' असं मलाच विचारून माझ्या काळजात कचाकच सुया खुपसल्यास! तुझं हे असं विपरीत वर्तन पाहून मला प्रश्न पडला की, या मूर्ख पोरटीला तिच्या त्या हरामी मामाच्या पंज्यातून वाचवायचं तरी कसं? रतन, परमेश्वर अक्कल देताना तू कुठे गेली होतीस गं? रतन, तुक्याकडून वेळोवेळी पैसे घेऊन मिंधी झालीस; त्यामुळे त्याने अंगावर हात टाकला, तरी तू घरात तक्रार केली नाहीस!या मिंधेपणामुळे तुझ्या माथी बटकीचं जिणं आलं. म्हणून मी विचार केला की, यापुढे रतनला तुक्याचं मिंधं होऊ द्यायचं नाही, त्याच्याकडे हात पसरू द्यायचे नाही. म्हणूनच मी तुला मध्ये एकदा बजावलं की,

'रतन, यापुढे तुक्याकडून एक पैसा जरी घेशील, तर माझं रक्त पिशील!'

त्यानंतर तू कशी वागलीस, ते जाणून घेण्याची माझी मुळीच इच्छा नाही. तुझं बरं-वाईट वागणं तुझ्यापाशी. इथे मी

धुरळ्यात, मोबाईलादी तेलांत लोळून मोटारी रिपेअरी केल्या, अन् गरजेनुसार तुला पैसे दिले. केव्हा केव्हा दिवसभर राबूनही रिकाम्या खिशाने घरी गेलो. एखादे वेळी दुसऱ्या दिवशीच्या चहालाही मजकडे पैसे नसायचे. स्वत: कफल्लक होऊन मी तुला वेळोवेळी पैसे दिले, ते याच उद्देशाने की, स्वत:च्या मामाच्याच पापी वासनेला रतन सतत बळी पडत आली आहे. त्याच्या पंज्यातून रतनची सुटका करायची. पुन्हा त्याच्याकडे हात पसरू द्यायचा नाही... केवळ हाच एक पवित्र हेतू माझ्या मनात होता... तुझ्या मनात दुसरं काही असेल, तर ती गोष्ट विसर रतन. तू भेटतो म्हणालीस, तर लांबूनच नमस्कार करीन तुला! कारण तू म्हणजे एक उष्टी पत्रावळी आहेस; आणि अशा पत्रावळ्या कुत्री चाटत असतात... तुला जगवायची, वाचवायची, तुक्याच्या हातून सोडवायची; केवळ हाच एक हेतू मनाशी ठेवून तू मागशील तेव्हा मी तुला पैसे दिले. तसा त्यापासून मला स्वत:ला काहीच फायदा नव्हता. विचार केलाच, तर सगळा खुळेपणाच होता. तसं माझ्या मनात पाप असतं, तर पैसे देऊन मी वेश्येकडे गेलो असतो; पण तशी मला सवय नाही. ती आहे तुझ्या मामाला. बायको रुसून माहेरी गेल्यावर जेवायला, झोपायला तो तुमच्या घरी येत होता ना, तेव्हा तो कित्येकांना मयेकर कॉलनीतल्या वेश्यांच्या खोल्यांत आढळून आला आहे. तेथे रंग उधळून आल्यावर त्या वेळी घरी येऊन तुझ्याशीही त्याने तसाच प्रकार करण्याचा नीचपणा केला आहे. स्वत:च्या भाचीच्या अल्प वयाचा फायदा घेऊन तिला अश्लील पुस्तके व चित्रे दाखवून फार पद्धतशीरपणे बिघडविणारा तुक्यासारखा हलकट माणूस मी उभ्या जन्मात कधी पाहिला नाही.

रतन, त्या हरामखोराशी अनेक वेळा तुझा संबंध येऊनही तू गरोदर राहिली नाहीस, हे तुझं सुदैव समज. तसेच, हेही तुझे सुदैवच की, तुझी वेळ फिरली, तेव्हा तुला धीर द्यावयास हा रामू तुझ्या पाठीशी राहिला! माणसांवर वाईट वेळ आली, की त्याची सावलीही त्याच्यापासून दूर पळते म्हणतात; पण

सावलीपेक्षाही मी तुझा जवळचा झालो. तुझ्याच शरीराचा एक भाग झालो. वेळ फिरली की सावली दूर पळत असेलही; पण शरीराचा भाग काही दूर पळत नाही. तर मी दूर पळालो नाही. तुला धीर दिला. धैर्यही. तेव्हा रतन, मी स्वतःच एक फार फार दुःखी माणूस आहे. तेव्हा माझ्या दुःखात भर पडेल असं वर्तन तू करू नकोस. तसं काही झालं, तर मला फार त्रास होतो, मी फार त्रास करून घेतो. असो.

निदान हे पत्र पोहोचल्याचं तरी कळव.

– रामू

शेष– माझ्या मनातील ही तळमळ तुला कळविली, त्यामागे तुला त्रास द्यावा, हा हेतू नाही. तेव्हा आनंदात, सुखात राहा. दुःख करून घेऊ नकोस.

– रामू

रामू, गेले चार-पाच दिवस मी माझ्याच दुःखात आहे. महिना होऊन गेला, तरी अजूनही माझी पाळी आली नाही. त्यात आणि तुझ्या या पत्रांचा त्रास. म्हणजे माझं तर डोकं फिरून जायची पाळी आली आहे. खरंच रामू, मी कुठंतरी निघून जाऊ का? तू म्हणतोस, गावाकडे निघून जा; पण मी गावाकडेही जणार नाही; तर येथून बाहेर पडल्यावर अशीच चालत जाऊन रस्त्यातील त्या नदीत जाऊन पडणार. जास्त काय लिहीत नाही. माझं तर डोकं ठिकाणावर नाही. आज सकाळपासून निजूनच आहे.

मला माझा जीव नकोसा होऊन गेला आहे. शनिवारी मी बाटली पिणार.

– रतन

रतन, तुझं पत्र आल्यापासून माझ्या जिवाला चैन नाही. काल जेवायला बसलो, तर माझ्या नरड्याखाली घासही उतरेना. रात्रभर मला झोप नाही. सारखा तळमळत होतो.

रतन, मी तुझ्या आयुष्याचा खूप विचार केलाय. तुला कल्पना नाही, इतका केलाय. तर रतन, तू आता माझ्या एका प्रश्नाचं उत्तर दे. खरं खरं उत्तर दे. श्रावण सोमवारी दुपारी तुक्याने अतिप्रसंग केला; त्यानंतर पुन्हा तसं काही घडलं का? विशेषत:, गेल्या महिन्याच्या पाळीनंतर? नसेल तर तू बेलाशक समज, गरोदर नाहीस! शरीर-प्रकृतीचा व पाळीचा संबंध असतो. तू गेल्या महिन्याभरात स्वत:ला खूप त्रास करून घेतलास. त्यामुळे तुझ्या पाळीवर परिणाम होऊन ती अजून झाली नाही.

श्रावण सोमवारनंतरही तुक्याशी तुझा संबंध येत गेला असेल, तर मात्र तू गरोदर आहेस; पण म्हणून काही मुळीच घाबरून जायचं नाही. तू गरोदर असशील, तर मरून जाणे, हा एकच काही मार्ग नाही. तर गर्भपात करून घेऊन जगायचं. लग्न करायचं. सुखी व्हायचं. विवाहापूर्वी आयुष्यात अनेक मुलींचे पाय घसरतात, होऊ नये ते होतं; म्हणून काही सगळ्याच तुझ्यासारखा मरणाचा विचार करीत बसत नाहीत. लग्नापूर्वी तीन-चार वर्षं चोरटा वेश्याव्यवसाय करणाऱ्या दोन मुलींचीही गेल्या वर्षी लग्नं झाली आहेत; रतन, तू इतकी तरी बिघडून गेलेली नाहीस! म्हणून रतन, मन घट्ट करायचं. काळजावर दगड ठेवायचा; पण मरून जायचं नाही.

तेव्हा रतन, तू त्रास करून घेऊ नकोस. अगं रतन, वाट चुकलेल्या अनेक मुली असतात; पण दुर्दैवाने त्यांना वाट दाखविणारं कुणी नसतं जगात! रतन, हा रामचंद्र शिर्के तुला वाट दाखवायला खूप खंबीर आहे. तेव्हा रतन तू भिऊन जायचं नाही. बाटली पिऊन घात करून घ्यायचा नाही, तर आनंदात जगायचं. माणसांवर कितीही संकटं आली, तरी त्यापासून सुटका करून घेण्यासाठी मरून जाणे हा एकच मार्ग नाही; तर त्यातूनही डोकं वर काढून जगायचे अनेक मार्ग आहेत. ते सर्व तुला मी सांगीन. फक्त तू धीर धरायचा व स्वत:ची काही अक्कल न चालविता मी सांगतो तेवढंच ऐकायचं आणि मनाला असं समजवायचं की, ही माणसं

आपली कुणीच नव्हेत. एखाद्या खानावळीत आपण कामाला आहोत, असं समजून काळीज घट्ट करायचं.

मध्ये एका पत्रातून तू विचारलं होतंस– 'माझ्याबद्दल तुझ्या मनात काय आहे, ते स्पष्ट सांग...'

तर रतन, तुझ्याबद्दल मला आपलेपणा वाटतो. तुझी बेअब्रू होऊ नये, तुझं वाईट होऊ नये, असं वाटतं. तुझं लग्न व्हावं, तू आपल्या पतीत, मुलाबाळांत, प्रपंचात सुखीसमाधानाने रमलेली पाहायला मिळावीस अन् मगच– मला मरण यावयाचं असेल तर यावं, असं मला अंतःकरणपूर्वक वाटतं. तुझ्याबद्दल माझ्या मनात पाप नाही, किंवा कुठलाही वाईट विचार नाही. तेव्हा मेहरबानी करून तसं काही वेडंवाकडं तू मनात आणू नकोस. रतन, अंघोळ केल्यावर उगवत्या सूर्याला रोज मी अर्घ्य देतो, त्या वेळी मनात काय मागून घेतो, माहीत आहे तुला? तर मी मागून घेतो–

'देवा, आजचा दिवस रतनचा आनंदात जाऊ दे. सुखासमाधानात जाऊ दे. तिला त्रास होईल, असं काही घडू देऊ नकोस.'

रतन, शनिवारी तू का मरून जायचं ठरविलं आहेस? मी तर भिऊन गेलोय! रतन, मला सांग, कळव! माझं मन थाऱ्यावर नाही. तुझी मला काळजी लागली आहे. शनिवार केव्हा उलटेल, असं झालं आहे. रतन, हा रामचंद्र जगावा असं तुला वाटत असेल, तर प्रथम तू जगलं पाहिजेस. रतन, आपले हे हात आहेत ना, त्यात रक्तवाहिन्या असतात. रक्तवाहिनी बंद पडली तर हात वाळून जातो. तर रतन, तू अशी रक्तवाहिनी आहेस; तू जर बंद पडलीस, तर मी वाळून–मरून जाईन. तेव्हा माझं जगणं-मरणं असं हे रतन तुझ्या जगण्यामरण्यावर अवलंबून आहे. तेव्हा तू आता लग्न करून घे. सुखी हो.

मी आज चहा पिऊन तिकडून येत होतो. तेव्हा तू माच्याला टेकून जमिनीवरच बसली होतीस. एक हात कपाळाला. मुद्रा विचारमग्न. बघताच माझ्या डोळ्यांतून चळाचळा पाणी

सुटलं. वाटलं, यावं तुझ्या घरी, आणि विचारावं, 'रतन, एवढ्या कसल्या दुःखात तू आहेस? मला सांगणार नाहीस का?' मग मनात आलं, मी तिथं येऊन तुझ्याशी काही बोलल्याचं तुझ्या घरी समजल्यावर त्यामुळे अनर्थच जास्त होईल. कदाचित पुन्हा भांडणही उद्भवेल; अन् त्यात तुझीच उलटी बेअब्रू; म्हणून मी गप्प बसलो. रतन, मी पुन्हा सांगतो– तू घाबरू नकोस. धीर सोडू नकोस. कितीही व कसलीही संकटं आली, तरी हा रामचंद्र तुझ्या पाठीशी आहे. तेव्हा मरणाचे विचार मनातून काढून टाक.

मी तुझ्या वडिलांना पत्र घातलं, ही गोष्ट तू मनाला फारच लावून घेतली आहेस. मध्ये एकदा पत्रात तू हळहळून विचारलंस, 'रामू, तू वडिलांना काय म्हणून पत्र घातलंस? माझं तेही दार आता कायमचं बंद झालं...'

पण रतन, ही गोष्ट तू जिवाला लावून घेऊ नकोस. तुझा बाप माणसाच्या औलादीचा नाही. त्याच्या ठिकाणी जरा तरी माणुसकी असती, तर ते पत्र पोहचताच तो आतापर्यंत गप्प बसला नसता! तुझ्या आईला भेटून सर्व परिस्थिती जाणून घेऊन तुला येथून घेऊन गेला असता. त्याला पत्र पाठविलं, ते एक बरंच झालं. तो काय लायकीचा माणूस आहे, ते तरी समजलं. म्हणून रतन, आता तू पत्राचा विचार करू नकोस. आई-बापाचा विचारही मनात आणू नकोस. तू म्हणतेस तेच शेवटी बरोबर आहे. इतका सगळा तुझा गोतावळा असूनही तुझं असं कोणीच नाही.

ही गोष्ट त्या पत्रानेही सिद्ध झाली, तेव्हा तर रतन मी ढसढसा रडलो. रतन किती एकटी आहे, या जगात, हे त्या वेळी मला कळलं; पुरेपूर कळलं व मी ठरविलं– ही सगळी अशी परिस्थिती आहे. रतनला त्या परिस्थितीची काही कल्पना नाही. म्हणून आपणावर कितीही संकटं आली, तरी रतनच्या पाठीशी धीर देत आपण असंच राहायचं. रतनला वाटलं पाहिजे– जगात कुणीच आपलं नसलं, तरी हा रामचंद्र तरी आपलेपणा बाळगून आपल्या बाजूला आहे. म्हणून रतन, तू

मनात काहीही आणून त्रास करून घेऊ नकोस. दिवाळीला कुणी गावाकडून बोलवायला आलं, तर बेशक जा. मनात काहीही न आणता जा. हे मी नीट विचार करून व तळमळीनेच सांगत आहे. तेव्हा यावर तू आणखी काही डोकं चालवू नकोस; कारण तुला काहीच समजत नाही. फक्त माझ्यावर विश्वास ठेव व मी जे सांगतो, तसं वागलीस, तर तुझं कल्याण होईल, तुझंच भलं होईल.

– रामू

रामू, तुझं पत्र मिळालं. मी घात करून घेत नाही. काळजी करू नकोस. देव केव्हा आनंदाने मरण देईल, तेव्हाच मरेन. तू घाबरू नकोस.

रामू, मी उरसानंतर पंधरा दिवस तुक्याच्या घरी होते, तेव्हा दोन वेळा त्याच्याशी संबंध आला. त्यानंतर नाही. खरंच रामू, देव माझी परीक्षा करीत आहे की काय कोणास ठाऊक! रामू, तू वडिलांना पत्र घातल्याचं समजल्यापासून माझं डोकं काही शुद्धीवर नाही. मला मोठाच धक्का बसला आहे. मी हातपाय गाळून बसले आहे. रामू, माझे वडील या लोकांना तोंड दाखवीत नाहीत. आई मला गरोदर होती तेव्हा वडिलांनी तिला मारून रक्ताच्या धारा काढल्या होत्या. माझे वडील आता इकडे येणं शक्यच नाही. जन्मदाता पिताच माझा वैरी आहे; परंतु माझ्या पाठीशी कोणीतरी उभा आहे; तो म्हणजे तू. तूच मला धीर देऊन जगविलंस. नाहीतर मी कधीच मरून गेले असते.

रामू, पहिली गोष्ट मी गरोदर नाही. दुसरी गोष्ट, उरसानंतर तुक्याच्या घराकडे पंधरा दिवस राहून आल्यावर त्याचा-माझा संबंध आलेला नाही. श्रावण सोमवारी दुपारी त्यानं अतिप्रसंग केला; पण मी झोपेतून जागी झाल्याने त्याचं काही चाललं नाही. काळ आला होता; वेळ आली नव्हती. तिसरी गोष्ट म्हणजे, तुक्या आता घराकडे येत नाही, म्हणून तो घरात पैसेही देत नाही. गेले पंधरा दिवस झाले तो घराकडे आलेला

नाही. त्या हराम्याला घराकडे यावयास नाक तरी आहे का? चौथी गोष्ट म्हणजे, माझ्या लग्नाला माझ्या वडिलांना बोलवायचं नाही, म्हणून सगळ्यांनी विचार केला आहे. याचं मला वाईट वाटतं. पाचवी गोष्ट म्हणजे, रामू, तू माझ्या साखरपुड्याला येत नाहीस, लग्नाला तरी ये व लांबून तांदूळ टाकून जा. तू लग्नाला येतो म्हणत असलास, तर मी लग्न करून घेणार; नाहीतर घेत नाही. सहावी गोष्ट म्हणजे गेल्या शुक्रवारी वडगावचे लोक आले होते. मला दाखविण्याचा कार्यक्रम तुक्याच्या घरी झाला, तेव्हा वरपिता म्हणाला,

"रतन, तुझा हा मामा व त्याची बायको ही फार नालायक माणसे आहेत बघ!"

"तुम्हाला ती काय म्हणाली का?" मी विचारलं.

"मला काय बोलली नाहीत; पण तू बाहेर जात असलेली पाहून तुझ्या नावाने त्याची बायको बोटं मोडीत होती!"

त्यानंतर तासभर मी विचारच करीत राहिले आणि मग तिच्या घरात चहा घेतला नाही, की कांदेपोहे केले होते, ते खाल्ले नाहीत. माझं मन घट्ट केलं व गप्प इकडे रात्री निघून आले.

सातवी गोष्ट म्हणजे, आई व बाप असूनही मला कुणाचा आसरा नाही. माझं नशीब असं फुटकं आहे. मला धीर द्यावयास देवाने तुझी ओळख करून दिली, म्हणून मी जगले आहे.

रामू, भावाने गावी जाताना परवा मला पैसे दिले आहेत ना, त्याचं मी काही पातळ आणत नाही; कारण एकाला चार पातळे मला आहेत. आणि आता तर माझं लग्न ठरायला लागलंय. मग मी पातळ कशाला घेऊ? वडगावचे लोक शनिवारी वा रविवारी पुन्हा येणार आहेत, तेव्हा आपला निर्णय कळविणार आहेत. रामू, मला सरवड्याहून मागणं आलं होतं; परंतु वडगावकर म्हणाले, "आम्ही पहिला शब्द दिला आहे. सोन्यासारखी मुलगी आहे, हीच आम्ही आमच्या मुलग्याला करणार!"

खरंच रामू, हे जे घर मला आलंय, यातील माणसं सोन्यासारखी आहेत. माया करणारी व शांत स्वभावाची आहेत. लग्नानंतर मीच त्या घरातील मोठी सून होणार आहे. तेथे मला सुखही मिळेल. माझा स्वभाव माझ्या सासऱ्याला पसंत पडला आहे. माझं लग्न मोठ्या थाटाने करणार आहेत. तू माझ्या लग्नाला ये. चुकवू नकोस. मी तुला लग्नपत्रिका देईनच; आणि तिथे प्रत्यक्ष तुला येऊन सांगेनही. मी आता कोणाला भिऊन राहात नाही. माझ्या घरातील माणसं माझी वैरी आहेत. केव्हा माझा घात करतात, कोणास ठाऊक! पण, मी स्वत: घात करून घेत नाही. मरून जाण्याची गोष्ट मी यापुढे काढीत नाही. मी तुला दिलेलं वचन मोडीत नाही. तू पण मला दिलेलं वचन मोडू नको. आमच्या घरातील कोणालाही भेटू नकोस. भेटलास तर काहीच उपयोग होणार नाही; कारण ही भाड खाऊन सोकावलेली माणसं आहेत. रामू, तू दु:खी का आहेस? तुला एवढं कसलं दु:ख आहे? तू दु:खी राहू नकोस. रामू, मुलीचा जन्म हा असाच हालअपेष्टांचा व वाईट असतो.

रामू, तू वडिलांना काय म्हणून पत्र घातलंस? ही गोष्ट माझ्या जिवाला फार फार लागली आहे. तू म्हणतोस आई-बापाचा विचार सोड; पण रामू, मी माझ्यापेक्षाही या सर्वांचा अधिक विचार करते. असो.

– रतन

रतन, तुझं पत्र वाचलं. मरण्याचा विचार तू सोडून दिलास, या गोष्टीचा मला आनंद झाला. रतन, तू म्हणतेस, माझा विचार करू नकोस; पण मी जेव्हा कामात असतो ना, तेवढा वेळ सोडला, तर इतर वेळी केवळ तुझाच विचार माझ्या मनात येतो, अशा वेळी माझ्या मनात काय काय येतं सांगू का तुला? एक तर, मला वाटतं– रतन ही एक निराधार मुलगी आहे. जिथं आधारासाठी आली, तिथं तिच्या अब्रूच्या चिंध्या झाल्या. तुक्याचा सर्व नीचपणा मला लिहून कळविलास,

त्याच वेळी तू कुठल्या भोवऱ्यात सापडली आहेस, ते मी जाणलं. तर तेव्हापासून, तुझ्या मनातून आत्महत्येचा विचार जावा, तुझ्यामागचा त्या हराम्याचा त्रास कमी व्हावा, तू सुखी व्हावीस, तुझं कल्याण व्हावं, म्हणून जे काही मी केलं, ते सर्व तुला माहीतच आहे. त्या हराम्याच्या तावडीतून तुला कशी सोडवावी, हाच एक मोठा प्रश्न मला पडला आणि दुर्दैवाने परिस्थिती अशी होती की, उघड असं मला काही करता येत नव्हतं. तसं काही करायला गेलो असतो, तर उलट तुझीच बेअब्रू. धाकधपट्या देऊन, मारामाऱ्या करून सगळ्यांना वठणीवर आणता आलं असतं मला; पण तसं काही केलं असतं, तरी त्यात तुझीच अब्रू गेली असती. आणि सर्वांत वाईट गोष्ट ही होती की, तुझ्या घरातील सर्वच माणसं त्या हराम्याला सामील होती. तुझ्याबद्दल माया व आपलेपणा वाटणारं कुणीच नव्हतं. याची अनेक उदाहरणं मी देईन. तुझ्या या प्रश्नाबद्दल मी तुझ्या घरातील सर्वांना दोन दोन वेळा भेटलो आहे. त्यावरून ती माणसं काय लायकीची आहेत, ते मी ओळखलं आहे. तर रतन, तुझ्या लहान वयाचा व अज्ञानाचा ही सर्व हरामी माणसं फायदा घेत होती आणि याची कल्पनाही तुला नव्हती. तुझा कशा प्रकारे फायदा उठविला जात होता, याची तुला जाणीवच नव्हती. जिचं वाटोळं होत आहे, ती मुलगी ही अशी; तिच्या घरची माणसं ती तशी. विचार कर रतन, कुणीही असता तर काय केलं असतं? ती पोरगी आहे व तिच्या घरची माणसं आहेत, काहीही करू देत, म्हणून गप्प बसला असता. स्वतःच्या घरचं खाऊन लोकांच्या व तिच्या घरच्यांच्याही शिव्या खात असा माझ्यासारखा राहिला नसता; पण रतन, मी गप्प बसलो नाही. मी सर्वांच्या या शिव्या तुझ्या कल्याणासाठी सहन केल्या. मी तुझ्यासाठी काय काय केले, ते सांगत बसायची ही वेळ नव्हे; पण इतकंच सांगतो की, गेल्या दोन-तीन महिन्यांत मी धडपणे कधी जेवलो नाही; कधी शांतपणे झोपलो नाही; इतके सण आले व गेले; पण मला ते सणासारखेही वाटले

नाहीत. दसऱ्याच्या दिवशी सगळे लोक शिलंगणाला गेले, मी गेलो नाहीं. वाटलें, रतन तिकडे दु:खात आहे, तर मला काय हक्क आहे शिलंगणाला जायचा? रतन तिकडे धडपणे जेवतही नाही, तर मला काय हक्क आहे पोटभर जेवायचा? 'देवा, माझं पुढे काय होणार?' असा विचार करीत रतन तिकडे रात्रभर तळमळत असेल, मग मी तरी कसा शांतपणे झोपू? रतन, मी असा गेल्या दोन-तीन महिन्यांत माणसात नव्हतो बघ. एक तुझाच विचार मनात सारखा– रतनचं भलं कसं होईल? तिचं कल्याण कसं होईल? तर रतन, आजचं तुझं पत्र वाचलं आणि मला समाधान वाटलं. मी आजपर्यंत जी धडपड केली, त्यापासून शेवटी चांगलं झालं. रतननं मरायचा विचार सोडून दिला, हे उत्तम झालं. आता माझी एकच इच्छा आहे– तुझं लग्न झालेलं माझ्या कानांवर यावं; तू आपल्या सासुरवाडीला, नवऱ्याच्या घरी असलेली मला ऐकायला मिळावं, एवढंच! रतन, आता माझी एवढीच इच्छा आहे. तू म्हणतेस, "माझ्या लग्नाला ये, लांबून का असेना तांदूळ टाकून जा..."

पण रतन, तुझ्या घरची माणसं मला कशी पाण्यात पाहतात, ते तुला माहीत नाही. मी बेडर छातीचा आहे, म्हणून त्या सर्वांना पुरून उरलो आहे व या गल्लीत अजूनही टिकून आहे. दुसरा कुणी असता, तर पळून गेला असता! तर रतन, मी तुझ्या घरच्या सर्वांच्या डोकीवर हात फिरविणारा निघालो, म्हणून ती सर्वजण नाक दाबल्यागत गप्प बसली आहेत. शेजारची बाळाबाईही एकदा मला शाब्बासकी देत म्हणाली,

"रामू, अशी काय बाबा तू जादू केलीस; सगळी कशी म्यांव मांजरं झाल्यात!"

त्यावर मी हसलो. म्हणालो,

"मावशी, मी जे काही केलंय ते ठीक व चोख केलंय! आता रतनला घरात त्रास होईल, असं मला वाटत नाही! उलट आता रतन स्वत:च विचार करून स्वत:लाच त्रास

करून घेत असते!"

तेव्हा रतन, मी तुझ्या लग्नाला यायचं, म्हणजे तुझ्या घरच्या माणसांच्या शिव्या खायला यायचं, असंच सगळं गणित आहे. तेव्हा रतन, मी तुझ्या लग्नाला जरी आलो नाही, तरी माझ्या शुभेच्छा व माझे आशीर्वाद सदैव तुझ्या पाठीशी आहेत, हे विसरू नकोस.

तुझ्या बापाला मी पत्र लिहिले, ते तुझ्या फारच मनाला लागल्याचे दिसते; पण यामुळे त्याची लायकी तरी कळली! त्याच्याविषयी तुझ्या मनात काही खुळचट कल्पना असल्यास त्या आता तू सोडून दे. तेव्हा आई-बाप नाहीतच असं समजून तू वाग. लग्न झाल्यावर केवळ सासरची माणसं तेवढी तुझी, माहेरच्या माणसांवरून मरगाईचा गाडा फिरला आहे, असं समजून राहा.

तू म्हणतेस, 'तुझं दुःख सांग...'

पण रतन, माझं दुःख तुला कळायचं नाही. तेवढं तुझं वयही नाही. तेव्हा रतन, माझं दुःख माझ्याच काळजाच्या कुपीत राहू दे. देवदयेनं पुढं केव्हातरी आपली भेट झाली व आता रतनला ते सर्व सांगायला हरकत नाही, असं जेव्हा मला खात्रीपूर्वक वाटेल, तेव्हाच रतन मी माझं दुःख तुला सांगेन. माझ्या काळजात कसली आग पेटली होती आणि त्या आगीत मी कसा जळत होतो, हे त्या वेळी मी तुला सांगेन. म्हणूनच मी प्रभूजवळ प्रार्थना करतो की, देवा मला मरण येण्यापूर्वी एकदा तरी रतनची भेट होऊ दे. तिच्याशी बोलायची संधी मला मिळू दे. म्हणून रतन, मी त्या दिवसाची वाट पाहत आहे; अन् तेव्हाच तुला सांगणार आहे, याच दुःखाने रतन, मी जळत होतो, याच त्या दुःखाने आत्महत्या करावी, असं अनेक वेळा मला वाटलं. हीच गोष्ट रतन, माझ्या काळजाला लागली व मी तळमळलो, तडफडलो. रतन, असं हे डोंगराएवढं मोठं व आभाळाएवढं अफाट माझं दुःख होतं... म्हणून रतन, मरण येण्यापूर्वी एकदा तुझ्याशी पाच मिनिटं का असेना, मला बोलायला मिळायला हवं. केवळ

त्या पाच मिनिटांसाठी डोळ्यांत पंचप्राण आणून मी तुझी प्रतीक्षा करीन. म्हणून रतन, तुझ्या लग्नानंतर एक व दोन किंवा वीस अगर कितीही वर्षं उलटू देत; पण तू मला पाच मिनिटं तरी भेटायला हवंस. प्रत्यक्ष समोरासमोर आपली भेट व्हावी, असंही काही नाही; फक्त माझं बोलणं तुझ्या कानावर पडावं, अन् ते तू ऐकून घ्यावंस, एवढीच माझी इच्छा आहे. तू विचारशील,

"आता का सांगत नाहीस तुझं दु:ख?"

याचं एवढं हेच कारण आहे की, आता जर माझं दु:ख तू ऐकशील, तर तू स्वत:चंच काही बरंवाईट करून घेशील. माझ्याबद्दल तुझ्या मनात काय भावना आहेत, त्याची मला पूर्णपणे कल्पना असल्याने मी हे फार विचारपूर्वक लिहितो आहे. म्हणूनच मी माझं दु:ख तुला आताच सांगत नाही...

रतन, तू वारंवार पैशाबद्दल गोष्टी काढतेस. आजवर माझ्याकडून वेळोवेळी घेतलेले पैसे परत करण्याबद्दल बोलून दाखवितेस; पण रतन, मी तुझ्यापेक्षा पैशाला कधीच महत्त्व दिलं नाही. जोवर माझ्या या मनगटात बळ आहे, तोवर मला पैशाची चिंता नाही. रतन, पैशापेक्षा माणूस, माणसाचा जीव मोलाचा असतो; निदान मी तरी तसं मानतो. माणूस, माणसाचा जीव, त्याची अब्रू, हे केव्हाही मोलाचं आहे, असावं; पण तुझ्या घरची माणसं याच्या उलट आहेत! त्यांना तुझ्या अब्रूपेक्षा पैसा महत्त्वाचा वाटला आणि त्यासाठी तुक्याची बटीक करून टाकायलाही त्यांनी तुला कमी केलं नाही. रतन, याच एका गोष्टीची मला चीड आली. याचाच मला राग आला... त्या सर्व बदमाशांचा सूड घेण्याइतकं मनगटात बळ असतानाही तू मला वचनात अडकवून हात का बांधून टाकलेस? मी काय करावं, तेच कित्येक वेळा मला समजत नाही.

तसा वरून आज मी तुला आनंदात दिसतो आहे; पण खरं सांगतो, आज एकटाच असताना माझे डोळे आपोआप डबडबून आले. माझ्या मनात असे प्रश्न येऊ लागले की,

उरसानंतर त्या बदमाशाच्या घरात पंधरा दिवस रतन होती, त्या अवधीत रोज रात्री तो रतनच्या अंथरुणात शिरत होता व दोन वेळा त्यानं आपली पापी वासनाही तृप्त करून घेतली, त्या वेळी रतन गप्प कशी बसली? त्या वेळी माझी भेट घेऊन, तिनं ते सर्व मला का सांगितलं नाही? तेवढा विश्वास तिनं माझ्यावर का टाकला नाही?– आज दिवसभर हे असे प्रश्न मला सतावीत आहेत.

काल व आज मी स्वतःला फार दुःख करून घेतलं. काल सीमा प्रश्नाबद्दलचा हरताळ व आज तर मला विशेष काही कामही नाही इथं; पण मी कुठे फिरायला न जाता इथेच बसून राहिलो. माझ्याबद्दल, माझ्या आयुष्याबद्दल माझ्या मनात विचार आला. विचार करता करता माझा मीच फार निराश झालो. माझी उभारी, माझी जिद्द संपल्यासारखी वाटली. बंड्याला नवरी बघायला सर्वजण उत्तुरला गेल्याने तुझ्यावरचा पहारा कमी झाला होता. त्यामुळे असेल, तू आज इकडे-तिकडे करीत होतीस. मी पाहिलेली नाही. मी माझ्याच दुःखात बुडून गेलो होतो. सूर्यकांतची आई मुरगुडहून आली होती, ती तेवढी घरी होती... तर तू आज खूप आनंदात होतीस. तिथे बोललेला शब्द न् शब्द इथे ऐकू येत होता, हे तुलाही माहीत होतं आणि तरी तू म्हणत होतीस,

"मावशी, तेवढं परकर-पोलकं तरी टाक इकडं. कपडे घेऊन न्हाणीत बसायला विसरले मी!"

"घे, नाहीतर बैस तशीच मन्नोळीगत!"

"बघ बरं, नागडीच बसलोय नि कशी घेऊ? बरं घे, घेते अशीच उठून, कोण आलंय बघायला इथं?"

रतन, तू अशी चावट कशी व केव्हापासून झालीस? पलीकडे मी असल्याचं तुला पूर्णपणे माहीत होतं, म्हणून का अशी तू म्हणत होतीस? माझ्या भावना चाळविण्यासाठी का? पण रतन, आज माझी वृत्ती अगदी विरागी अशी झाली होती. वाटलं, जगात मी अगदी एकटा आहे. माझ्यावर अंतःकरणपूर्वक प्रेम करणारं कुणीही नाही. मी एकाकीच

आहे... माणसाचं आयुष्य म्हणजे काय? सुख-सुख तरी कशाला म्हणायचं? जास्त पैसा असल्यावर सुख मिळतं? की कमी पैसा असला म्हणजे? शेवटी, जगणं म्हणजे तरी काय?– आज असे सगळे प्रश्न माझ्याभोवती पडून मी त्यात बुडून गेलो होतो.

आज तू खूप आनंदात होतीस. तू अशी फुलून गेलेली कितीतरी दिवसांपासून मी पाहिली नव्हती. तुझ्याकडे न पाहताही तुला झालेला आनंद तुझ्या आवाजावरून, हसण्यावरून, सूर्यकांतच्या आईशी गप्पागोष्टी करण्यावरून ओळखता येत होता. अशीच खूप खूप आनंदात राहा. आनंदी अस.

– रामू

रामू, काल रात्री आमच्या घरातील आजी व मावशी मला विचारीत होत्या,

"रामू तुझा कोण आहे गं– भाऊ की मामा?"

"रामू माझा नवरा आहे!" मीही न भिता ताडकन उत्तर दिलं.

"आपले शेजारी त्याला सामील आहेत; त्यामुळं तो सावध आहे..."

खरंच रामू, ही माणसं भाड खाऊन सोकावलेली आहेत! माझ्यावर म्हातारी सारखी रागाला येत असते, ते ऐकून बंडूमामाने सोमवारी तिला एक तडाखा लगावला; ती कोलमडून कुडाच्या मेढीला जाऊन आदळली. माझ्या नशिबाला बाप चांगला असता, तर मी या हरामी लोकांची तोंडंही बघितली नसती! काल रात्री तर मी जेवले नाही, की झोपले नाही. बारा वाजून गेले, तरी माझ्या डोळ्यांतील पाणी खळलं नाही...

तू तुक्याला धमकीचं पत्र पाठविल्यापासून तो विशेषसा घरी येत नाही. तो म्हणतो, रतनला वडगावला द्यायची नाही!"

पण मी करून घेतलं, तर त्याच मुलग्याला करून घेणार.

त्या घरी मला सुख मिळेल. समाधानही.

रामू, तू एकदा म्हणाला होतास,

"रतन, तुला कोण शिव्या देईल, त्याचं तोंड कुजून जाऊ दे, तुझ्या नावाने बोटं मोडणाऱ्यांची बोटं वाकडी होऊन जाऊ देत!"

तुझा हा शाप आता खरा होत आहे बघ. तुक्याची बायको मला शिव्या देत होती. तिला आज उलट्या होत होत्या. माझ्या नावाने ती बोटं मोडत होती, तर आता ती बोटं मुळातून वाकडी झाली आहेत! रामू, मी तिच्या घरात उरसानंतर पंधरा दिवस होते, तर तिनं मला किती शिव्या दिल्या आहेत म्हणून सांगू!

दिवाळीला गावाकडून कोणी बोलवायला आलं, तरी मी काही तिकडे जात नाही. या लोकांनी माझं लग्न करून कल्याण केलं पाहिजे. नाहीतर मी आहे नि ही लोकं आहेत!

आज मी दोन वेळा केर टाकावयास बाहेर आले होते, तेव्हा तू किती आनंदात दिसत होतास. ते पाहून मी खरोखरीच आनंदी झाले... जास्त काय लिहू?

– रतन

रतन, तुझं पत्र मिळालं. मी तुला शाबासकी देतो, तू त्या भाडखाऊ बायकांना न भिता ठणठणीत जबाब दिलास; त्या वेळी त्यांचे चेहरे कसे झाले असतील, तें पाहायला मिळायला हवे होते मला!

'रामू तुझा कोण?' म्हणून विचारतात होय त्या भोरड्या? सांग त्या थेरडीला नि त्या टक्कल पडक्या मावशीला, 'ज्या वेळी माझा धीर खचला, मला माणसातून उठविलं गेलं, त्या वेळी जगात हाच एक असा माणूस होता, जो माझ्या पाठीशी उभा राहून मला धीर देत राहिला. हा माझा देव आहे. हा माझा महादेव आहे. देवाला नमस्कार करण्याच्या आधी मी या माझ्या महादेवाला नमस्कार करीन!'

सांग त्यांना असं. भिऊ नकोस! पापी तू नाहीस रतन, तर

पापी ती माणसं आहेत. अशांना कसलं भ्यायचं? म्हणून रतन तू भिऊ नकोस, घाबरू नकोस, त्रास करून घेऊ नकोस... मी तुझ्या पाठीशी आहे, कोण तुझं वाकडं करणार आहे, तेच मला पाहायचं आहे! जास्त काय लिहू? वरचेवर तुझी सुख-दुःखं अशीच कळवीत जा...

– रामू

आठ

यशोदाबाई ही रतनची दूरची नातलग. तिनं गल्लीतल्या राजाराम भारमलचं घर खरेदी केलं– राजाराम दारुडा होता. नशेत त्यानं कवडी किमतीला घर फुंकून टाकलं आणि हिकमती यशोदाबाई त्या घरात येऊन राहू लागली...

एके दिवशी रतनला बंडू म्हणाला,

"तुला घरी करमत नसेल, तर पलीकडे यशोदामावशीच्या घरी जाऊन बसत जा."

अशी परवानगी मिळताच रतन त्या घरी जाऊन बसू वगैरे लागली, घरचं कामधाम आटोपलं की, ती यशोदाबाईच्या इथे जाई, तिच्या लहान मुलाला घेऊन खेळवीत राही, केव्हा केव्हा तिच्याबरोबर बोलत राही; तिची पण कामे करीत राही... एखाद्या तुरुंगात टाकल्यागत ती आजवर होती. गल्लीत कुठे फिरायला, कुणाच्या घरी जायला तिला मनाई होती. शेजाऱ्यांशीही वाकडं असल्याने त्यांच्याशीही, तड्यापलीकडून देखील, रतनला बोलता येत नसे... अशा परिस्थितीत यशोदाबाईच्या घरी जाण्यास बंडूने परवानगी दिली, तेव्हा रतनला किती मोकळं मोकळं वाटलं! भोवतालचा पहारा सैल झाल्यासारखा वाटला. मर्यादित का असेना, स्वातंत्र्य मिळाल्याप्रमाणे वाटलं.

एके दिवशी रतनने आपली सर्व कर्मकहाणी यशोदाबाईला सांगितली, नि तिच्यासमोर पोटभर रडून आपलं दुःख हलकं केल्यावर शेवटी म्हणाली,

"तो रामू एक माझ्या पाठीशी धीर द्यावयास आहे, म्हणून तर अजूनीही मी जिवंत आहे;

नाहीतर केव्हाच मरून गेले असते...''

यावर यशोदाबाईनं तिला आपुलकी दाखविली. चार शब्द सांगितले.

हे सगळं समजल्यावर त्याला वाटलं, आजवर आपण एकटेच रतनच्या बाजूने उभे होतो. आता यशोदाबाई मदतीस आली, हे एक बरंच झालं. शेजारची बाळाबाई रतनबद्दल आपुलकी बाळगून आहे. तिलाही रतनबद्दल सर्व काही माहीत आहे... आता रतन हळूहळू माणसांत येईल. स्वत:ची व्यथा विसरू लागेल... हे सर्व अस असलं, तरी त्यानं रतनला लिहिलं, 'रतन, यशोदाबाईला तू आपली सर्व कर्मकहाणी सांगितलीस, हे जरा चुकलंच. कुणालाही असं चटकन आपलं हृद्गत सांगून मोकळं होऊ नये. कोण केव्हा आपल्या विरुद्ध जाईल अन् वैरी होऊन आपल्या वाकड्यावर टपून बसेल, हे काही सांगता येत नाही. म्हणून रतन, आयुष्यात कोणावरही असा झटकन् भरोसा टाकू नये.'

थेरडी केव्हा बाजारहाटासाठी बाहेर पडे; अशा वेळी रतनला यशोदाबाईच्या घरी ठेवून जाई. त्या वेळी तेथे जाऊन रतनशी बोलता येई... असाच एकदा तो गेला... त्या घराला माळा होता. माळ्याला शिडी लावलेली. रतन शिडीच्या पहिल्या पायरीवर बसली होती. तो आत आल्याचे पाहताच उठून उभी राहिली; तसा तो म्हणाला,

''बैस रतन, तुझ्याशीच बोलायचं होतं थोडं!''

यशोदाबाई गावातल्या अजंठा बिडी फॅक्टरीसाठी बिड्या बांधीत असे. नेहमीसारखी आताही ती बिड्या वळत बसली होती. तिच्या शेजारी रतन बसली. अन् तो शिडीच्या पायंड्यावर बसत म्हणाला,

''रतन, वडगावच्या स्थळाचं काय झालं? समजलं काही?''

''त्यांचं पत्र आलंय...'' बोलताना तिचा चेहरा उतरला.

ते पाहूनच मनोमन तो काय ते समजला; पण तोवर ओठांतून शब्द उमटले,

''काय लिहिलंय पत्रात?''

''मुलगी नापसंत आहे, म्हणून कळविलंय.'' रतनऐवजी यशोदाबाई बोलली.

समजणं नि ऐकणं, किती फरक! स्वत:चंच लग्न मोडून बेअब्रू व्हावी, तसंच काहीसं त्याला होऊन गेलं...

"माझ्या मनाप्रमाणं कुठलीच गोष्ट आयुष्यात घडली नाही, माझं कुठलंच स्वप्नं खरं झालं नाही, वाटतंय आता जगायचं तरी का? कशाला?"

हताश, निराश, विकल आवाजात रतन बोलली. जिव्हारी लागावं, तसा तो व्यथित झाला... या वर्षी रतनचं जर लग्न ठरलं नाही, तर तिचं काहीच धड होत नाही. काहीही कल्याण होत नाही... ही लग्नसराई संपली म्हणजे पुढील वर्षीच्या मोसमापर्यंत ती त्या घरी राहायची म्हणजे... तिचं, तिच्या अब्रूचं काय होईल? किती धिंडवडे निघतील! छे: छे:, कल्पनाही करवत नाही... रतन म्हणतेय ते किती खरं आहे! तिनं का जगायचं? कुठल्या आशेवर? अन् कशाला?– तोही निराश होऊन गेला. तरी पण उसनं अवसान आणून म्हणाला,

"रतन, अशी निराश होऊ नकोस! या वर्षी नाही, तर पुढील वर्षी; पुढील वर्षी नाही, तर त्या पुढील वर्षी; केव्हा ना केव्हा तरी लग्न होईलच तुझं... अजूनी तरी तुझं वय काय सरलं नाही, मिरलं नाही; तेव्हा इतकी निराश का होतेस? तुझीही काही स्वप्नं होती, इच्छा होत्या ना? तशाच माझ्याही होत्या. जगातल्या प्रत्येक माणसाच्याच असतात. त्यातील काही पुऱ्या होतात, काही अपुऱ्या राहतात; तर कुणाचं काहीच मनाप्रमाणं होत नाही. म्हणून का आत्महत्येचे विचार मनात घोळवत राहायचे असतात? आत्मघाताचे विचार काढून टाक आता मनातून..."

"भिवशीचा एक जागा आलाय; खरं नवरा मुलगा अडाणी आहे..." यशोदाबाईने नवीन माहिती पुरविली.

"अडाणी का असेना; पण रतनचं लग्न व्हायला हवं..." आणि मग तो रतनला उद्देशून म्हणाला, "रतन, नवरा अडाणी का मिळेना; पण एकदा लग्न करून घे. या नरकातून स्वत:ची सुटका करून घ्यायचं बघ आधी... तुझं इतकं वाटोळं झालंय ना? काही हरकत नाही; पण एकदा लग्न करून घेऊन प्रपंच करून दाखव... तुझ्या नावाने जळतात, बोटे मोडतात, त्यांच्या नाकावर टिच्चून!"

यावर रतन मुकाटपणे बसली... तिच्या मनात कसलं तुफान चाललं होतं, काहीच कळत नव्हतं... विवाहासारखा– सबंध पूर्वायुष्य पालटवून टाकणारा प्रश्न उपवर मुलींच्या समोर निर्माण होतो, तेव्हा मुली अशीच मुग्धता पाळतात? अन् अल्प वयातच पुरुषजातीचा

भयानक अनुभव आलेल्या रतनसारख्या मुलींच्या बाबत काय होतं?– प्रश्नातून प्रश्न निर्माण होत होते... नुसतेच प्रश्न...

अल्प वयातच रतन आपलं कोवळं वय हरवून बसली होती. अन् किती प्रौढ बनली होती... पण, ती यशोदाबाईच्या घरी जाऊ लागल्यापासून हरवलेलं ते वय परत तिला गवसलं. ती अल्लड झाली, खेळकर झाली. हसणं जणू विसरून गेलेली रतन आता खळखळून हसताना दिसू लागली...

यामुळे वास्तविक त्याला आनंद वाटायला हवा होता; पण उलट तो अस्वस्थ झाला... दिवसेंदिवस रतनचा त्या घरातील दंगा वाढत होता... ती केव्हा दुपारी जेवून आडवी झालेल्या यशोदाबाईच्या अंगावर जाऊन लोळत, खिदळत राही; तर केव्हा तिच्या नऊ-दहा वर्षांच्या मुलीबरोबर कालवा करीत राही... अन् तो सर्व इतक्या वरच्या पट्टीत चाले, की शब्द न् शब्द गॅरेजमध्ये ऐकू येई!

असाच एके दिवशी दुपारी दंगा चाललेला ऐकून त्याचं मस्तकच पेटलं... रागाच्या उसळीसरशी तो उठला; झरझर चालत त्या घरी गेला आणि दंगा करणाऱ्या रतनला सपासप दोन तडाखे त्याने लगावले!

त्या आकस्मिक प्रहाराने रतनला आश्चर्यच वाटलं. डोळे विस्फारून क्षणकाल ती पाहतच राहिली अन् दुसऱ्याच क्षणी तिच्या डोळ्यांतून टचकन् पाणी आलं! आणि मग तर ती हमसाहमशी रडू लागली...

त्याचा राग अजूनीही शांत झाला नव्हता,

"लाज वाटत नाही असा दंगा करायला? हा सर्व कालवा ऐकून लोक काय समजतील, याचा काही विचार केला आहेस?"

"मी का कुणा पुरुषाशी..." रडता रडता रतन पुटपुटली...

"पुरुषाशी जरी दंगा केला नसलास तरी काय झालं? मुलगी थिल्लर आहे, उथळ स्वभावाची आहे, असा समज होणार नाही लोकांचा? चार स्थळं नुकतीच येऊ लागलीत; ती पण येईनाशी होतील– तुझ्या अशा या वागण्याने! आधीच तुझी परिस्थिती विचित्र न् चमत्कारिक झाली आहे... तेव्हा रतन जरा विचार करून वागत जा... या वर्षी तुझं लग्न होणं फार जरुरी आहे. फार फार जरुरी आहे..."

मध्ये एके दिवशी रतनचा भाऊ तिला भेटायला आला. विजार-शर्ट घातलेला. दणकट बॉडीचा... तो आला, तेव्हा रतन खूपच आनंदात होती... रतनचा हा भाऊ आहे, हे त्याच्या चेहऱ्यामोहऱ्यावरून

कळून येत होतं.

रतनशी एकांती बोलायची संधी मिळताच त्यानं विचारलं,

"रतन, रामूनं पत्रात लिहिलंय ते सर्व खरं आहे का?"

"होय, खरं आहे!"

"मी येथून तुला नेलं असतं; पण एस.एस.सी. पास होऊनही अजूनही मला नोकरी नाही. बाबाही माझ्याशी धडपणे कधी बोलत नाहीत. अशा परिस्थितीत मी तुला कशी न् कुठे नेऊ?"

हे सर्व रतननं पत्रातून कळवून त्याला लिहिलं होतं, 'रामू, माझ्या भावाला जर नोकरी लागली असती, तर त्यानं मला इथं क्षणभरही ठेवलं नसतं!'

भावावर रतनचा असा विश्वास! त्या लायकीचा जर भाऊ असता, तर म्हणाला असता, 'रतन, चल माझ्याबरोबर. मला नोकरी नाही मिळाली, तर हमाली करून तुला सांभाळतो; अन् मोठ्या धुमधडाक्याने तुझं लग्न करून टाकतो!'

पण, हा भाऊ आला तसा हात हलवीत परत गेला! इथल्या लोकांनी स्वतःच्या बहिणीच्या अब्रूचे इतके धिंडवडे काढले होते, त्याचा याला जरा तरी राग यावयाला हवा होता! त्यानं एक ठेवून दिली असती, तर तुक्याचे डोळेच पांढरे झाले असते! असले कसले बुळे भाऊ रतनच्या नशिबी आले आहेत!

निदान तिच्या भावानं आपणाला भेटून आभाराचा एखादा शब्द तरी बोलायला हवा होता!

त्याला वाटलं, माणसांची, माणसांमधल्या नात्यांची एक वेगळीच ओळख आपणास होऊ लागलीय! माणसांचं जगही किती विचित्र असतं, भयंकर असतं!

आई-बाप-भाऊ या रक्ताच्या नात्यातील माणसांनी तिच्याकडे निर्दयपणे पाठ फिरवली. तिला धीराचा एखादा शब्दही पुरेसा होता; तोही या नात्यातील लोकांच्या तोंडून निघत नव्हता; मग मदतीचा हात पुढे करणं तर दूरच... तिच्या पाठीशी खंबीरपणे उभे राहून तिला धीर देणारे असे जगात आपणच केवळ एक होतो. घरातील त्या सर्व भाडखाऊंचे डाव तिच्या पोरबुद्धीला समजत नव्हते. अजाणपणे त्या डावांना बळी पडायचंच आजवर घडत आलं होतं... पण आपणाला

कल्पना आली, तेव्हापासून तिला सावध करीत आलो, डावाला डाव कसे लढवायचे, प्रतिडाव कोणते टाकायचे, ते सर्व तिला सांगत होतो... त्यासाठी लिहिलेली ती असंख्य पत्रं. रोज एक किंवा दोन... असा निष्काम कर्मयोग, एका वर्षापासून चालू असलेला... पोटासाठी करावा लागणारा आपला हा उद्योग. त्यानं मन नि शरीर आंबून जायचं. तरीही आपण मरगळलेल्या वृत्तीवर उसना उत्साह शिंपडून तिला लिहायला बसायचो. केव्हा केव्हा लिहिता लिहिता बोटं दुखू लागायची. नको हे– असं होऊन जायचं... या सर्व धडपडीचा आपणास तसा काहीच बरा-वाईट उपयोग नव्हता... तरीही हे सर्व का व कशासाठी? तिचं सगळं चारित्र्य तिच्याच तोंडून कळल्यावर तिच्याविषयी घृणा वाटत होती. तिच्याविषयीचा आत्यंतिक द्वेष आपल्या रोमारोमांत भिनला होता... त्या औट हात देहाच्या पोरीनं आपणाला माणसांतून उठविलं होतं. तिचं दुःख, तिची व्यथा आपण इतकी जिवाला लावून घेतली होती, की तिच्या आयुष्याच्या विचारात आपणास धडपणे झोप येत नव्हती, पोटभर कधी जेवण जात नव्हतं... अन्नपाण्यावरची वासनाच उडून गेली होती, जगण्याचं आपलं चैतन्यच हरपलं होतं... तिच्यावर प्रेम केलं, हाच काय तो आपल्या हातून गुन्हा घडला होता आणि त्याची ही केवढी भयंकर शिक्षा भोगावी लागत होती! आपण क्षणाक्षणाने, कणाकणाने झिजत होतो. तिच्याच काळजीने आपली प्रकृती झपाट्याने खालावत होती. तिनं अन् केवळ तिनंच आपली अशी ही दयनीय अवस्था करून टाकली होती... पण, त्याबद्दल तिचा सूड घ्यावा, असं आपल्या स्वप्नातही येत नव्हतं... ती जगावी, तिचं भलं व्हावं, जगाच्या पाठीवर कुठे का असेना ती सुखात असावी, असंच आपणास वाटत होतं... नाहीतर तिचा सूड घेणं किती सोपं होतं! तिला स्थळं येत होती. तिची असंख्य पत्रं आपणाकडे होती. त्यातील एखादं जरी वरपक्षाच्या हातात पडलं असतं, तर सर्वत्र बभ्रा झाला असता, ती जन्माची कुजत पडली असती! पण आपणास असं काहीच करायचं नव्हतं... तिचं बरं-वाईट वागणं तिच्यापाशी. आपण तिचे सर्व अपराध, तिच्या सर्व चुका पोटात घालून तिला क्षमा केली होती... अन् मनाची एवढी तयारी करण्यासाठी आपण किती मानसिक क्लेश सोसले होते!

आज तो विचारच करीत होता आणि विचारच करीत बसला.

नऊ

हत्तरगीच्या स्थळाला ती पसंत पडली. तसं तिकडून पत्रही आलं. ती माणसं सोमवारी साखरपुड्यास येणार होती.

हे कळवून रतननं त्याला लिहिलं– 'रामू, तू 'नको' म्हणत असलास तर मी हे लग्न करून घेत नाही. मी जन्मभर तशीच तुझ्याजवळ राहावयास तयार आहे...'

अर्थात हे त्याला नवीन नव्हतं. यापूर्वीही दोन-तीन वेळा तिने अशा प्रकारची इच्छा प्रकट केली होती. परीक्षा संपल्यावर गावी जाण्यापूर्वी तरी तिनं स्पष्टच लिहिलं होतं, 'मला येथून तू पळवून ने. तू म्हणशील तेथे मी राहावयास तयार आहे...'

त्या वेळी त्यानं तिची समजूत काढली होती– 'रतन, तुझं वय अकरापेक्षा कमी, त्यामुळं तुझ्या मर्जीनुसार जरी तुला पळवून नेलं, तरी तो कायद्याने गुन्हा ठरतो. तेव्हा दोघांनी एकत्र राहणं तर दूरच; उलट माझी तुरुंगात रवानगी होईल आणि तिकडे तुझीही अब्रू जाईल नि तुझ्या लग्नाचा प्रश्न फार बिकट होऊन बसेल...

आताही त्याला वाटू लागलं– आपण आजवर तिच्या भल्यासाठी, तिच्या अब्रूसाठी धडपडलो, त्याचा काय उपयोग? तिला इतकं सांभाळलं, ते नवरा म्हणून जन्माचा हक्क सांगायला येणाऱ्या कुणा अनामिक तरुणाची ठेव म्हणून? म्हणजे, तिच्या आयुष्यात आपली निश्चित भूमिका तरी काय? केवळ त्रयस्थ हितचिंतकाची? मग तिचं लग्न ठरल्याचं, ठरू लागल्याचं समजल्यापासून आपल्या आयुष्यात एक प्रकारची पोकळी निर्माण

झाल्याप्रमाणे का वाटतं आहे? तिच्याशिवाय यापुढे जन्म घालवायचा म्हणजे एक प्रकारची शिक्षाच आहे, अशी मनोधारणा का बनते आहे?

सगळेच प्रश्न... दु:ख, व्यथा, तळमळ. आपलं वैयक्तिक सुख-दु:ख मनाच्या तळाशी त्यानं केव्हाच पुरून टाकलं होतं; त्यामुळं आताही त्यानं तिला कळविलं–

'रतन, माझी परिस्थिती तुला माहीतच आहे. तुझा स्वीकार केल्याने तुझं, माझं व माझ्या वाग्दत्त वधूचं– असं तिघांचंही नुकसान होणार आहे. म्हणून रतन, तू दुसऱ्या कुणाशी तरी लग्न करून घेऊनच त्या नरकातून स्वत:ची सुटका करून घे... या सर्व विचित्र परिस्थितीत हाच एक उत्तम पर्याय मला सुचतो. रतन, तुझीही काही स्वप्नं असतील; माझीही होती... पण ती स्वप्नंच होती रतन. ती सर्व आता विसरून जायची. जाग आल्यावर माणूस वास्तव परिस्थितीचा स्वीकार करतं, तसा आपण करावयाचा...'

साखरपुडा झाला... त्या रात्री गोड्या जेवणाचा बेत होता. संकेश्वरचा मावळाही आला होता. घरजावई झालेला नि चार पैसे बाळगून असलेला हा मावळा तिच्या लग्नाला पैसे खर्च करणार होता.

रतनच्या बापाला त्यानं पत्र पाठवून महिना उलटून गेला, तरी तिकडून कोणी आलं नव्हतं... पण, तेव्हा त्याच्या नजरेसमोर सगळा अंधारच दाटून आला होता... पण, खूप विचार करून त्याला एक आशेचा किरण दिसला होता. त्याला वाटलं, तिची सर्व परिस्थिती संकेश्वरवाल्याला तरी कळवावी का? गरजेनुसार ही माणसं तिकडे जातात, नि घरखर्चाला पैसे घेऊन येतात... रतनच्या अब्रूचे धिंडवडे या माणसांनी कसे काढले आहेत, हे त्याला कळलं, तर तो नक्कीच तिला तिकडे घेऊन जाईल.

पण, माणसाला वाटणं नि घडणं– यात किती फरक असतो!

त्यानं मावळ्याच्या नावानं एक टपाल लिहिलं; त्याचा पत्ता माहीत नव्हता, म्हणून संकेश्वरचा एक शिक्षक मित्र आला होता, त्याच्याकडे तो लखोटा दिला नि म्हटलं,

"एक काम आहे माझं, करणार का?"

"करतो; प्रथम काम तर सांग..."

"रतनच्या संकेश्वरच्या मावळ्याचा पत्ता माहीत आहे तुला?"

"नाही, पण शोधून काढीन... हे टपाल त्याला द्यायचं ना?"

"होय..."

"काय विशेष आणखी?"

"घरची थोडी बाब आहे..."

त्याच्या या संदिग्ध बोलण्याने मित्राला वाटलं, म्हणजे हा त्यांचं घर भाड्याने करणार आहे की काय? या प्रश्नाचं स्वत:शीच होकारार्थी उत्तर ठरवून मावळ्याचा पत्ता शोधत तो मित्र गेला...

टपाल हाती देताच मावळ्याने ते मित्राच्या अंगावर भिरकावून दिलं आणि म्हटलं,

"तो आमच्या घरची का उचापत करतो? त्याच्या बापाचे मिंधे आहोत का आम्ही?" मित्राचे इथे आई-बाप, तो दर रविवारी इकडे यावयाचा. आल्यावर त्यांना घडलेलं हे सर्व सांगताच तो उसळला,

"कधी भेटला तो हरामखोर तर सांग त्याला– रामूच्या बापाचे नव्हे, तर रामूचे खाऊन तुझ्या घरातील सर्व मिंधी झाली आहेत! आता रामूने केवळ तुझ्या घरातील माणसांची मुंडकीच धरली आहेत. त्याच्या बापाचे खाऊन तुम्ही मिंधी असता, तर त्याने केव्हाच तुमची नरडी आवळली असती, मुंडक्यावरचा हात नरड्यावर यावयास वेळ लागत नाही! सांग त्या साल्याला– रामूने तुझ्या घरची उचापत केली, म्हणून तर तुझी भाची अजूनीही जिवंत आहे; नाहीतर तिच्या मातीला तुला यावं लागलं असतं!"

"अरे, पण एवढं तणातणीवर यावयास घडलं तरी काय?"

यावर मग रामूनं शक्य ते सर्व थोडक्यात सांगितलं. ते ऐकून घेतल्यावर मित्र म्हणाला,

"हे असं सगळं आहे तर, तर तू यात भाग का घेत आहेस? त्यांच्या घरातीलच हा प्रश्न आहे. त्यांचं त्यांना. मरेनात का!"

"रतनला कुणाचाच आधार नाही रे! केवळ मी आहे पाठीशी, म्हणून तर ती जगलीय, नाहीतर..."

"पण यात तुझंच नुकसान होणार आहे... काही कमी-जास्त झालं, तर तुझीच उलट बेअब्रू होईल; तूच आयुष्यातून उठशील! अरे, बुडणाऱ्याला वाचवायला जाणारा बऱ्याच वेळा स्वत:ही बुडून मरण पावतो; म्हणून बुडणाऱ्याला बुडू देणं, हेच केव्हा केव्हा चांगलं असतं!"

"मला नाही हे पटत... अरे ती कोवळी पोर..."

"बघ बुवा, योग्य वाटलं, ते मी सांगितलं; ऐकणं न ऐकणं हा तुझा प्रश्न आहे..."

आणि त्याची आशा सोडून देऊन मित्र निघून गेला...

मध्ये एकदा त्यानं यशोदाबाईला विचारलं होतं,

"मावशी, हा संकेश्वरचा मावळा कसा काय रतनच्या लग्नाला पैसे खर्च करायला तयार झालाय?"

"परवा रतनची आई आली होती की नाही? हुक्केरीला परत जाता जाता मध्ये ती संकेश्वरला थांबली नि भावाला भेटायला गेली. कचाकच तिनं त्याच्यापुढं डोकं आपटून घेतलं. तुक्याचा सगळा नीचपणा सांगून म्हटलं, "तुमच्या घरी माझी पोर अन्नाला पडली, म्हणून तुम्ही तिचं असं वाटोळं केलंत होय? आता म्हणतात, 'तुझी पोर तुझ्या गावी घेऊन जा.' तिला मी नेऊ कशी नि तिचं लग्न करू तरी कसं? 'आजवर ही आजोळी होती नि आताच इकडे का आणली? हिनं तिथं काही गुण उधळले का?' असं गावातली माणसं दहा तोंडांनी दहा गोष्टी बोलायला लागली तर काय करू?"

"हं, म्हणूनच तर..." त्यानं म्हटलं.

"होय," यशोदाबाई म्हणाली, "संकेश्वरवाल्यानं तेव्हा समजूत काढली– 'अक्का, तू काही काळजी करू नकोस. रतनला मी माझी लेकच समजतो आणि धडाक्यानं तिचं लग्न करून टाकतो. तू अगदी निर्धास्त मनाने गावी जा. तर हे कारण आहे. नाहीतर तो कशाला पैसे खर्च करील...?" असा हा संकेश्वरचा मावळा होता... साखरपुड्याच्या रात्री गोडं जेवण झालं; त्या जेवणाला थोरल्याला बोलावून आणण्यासाठी हा स्वत: त्याच्या घरी गेला, अन् त्याला घेऊन आला...

त्याला हे समजताच संतापाने तो पेटला, अन् त्याच बेभान अवस्थेत त्यानं रतनला लिहिलं–

'रतन, ज्याने तुझ्या आयुष्याला बटकीची कळा आणली, तो हरामखोर तुझ्या साखरपुड्याच्या जेवणाला हजर! त्याला बोलावून आणणाऱ्याला लाज नाही आणि घरात घेणाऱ्यांनाही!

'रतन, तू तरी तेव्हा गप्प कशी बसलीस? या बदमाशाला असेच जर बोलावून अणणार असाल, तर मी हे लग्नही करून घेणार नाही!'

असं बाणेदार उत्तर तू का बरं दिलं नाहीस? रतन, तुझ्या दुःखाने मी वेडापिसा झालो, तुझी भाड खाणाऱ्या तुझ्या त्या धाकट्या मामापुढे व थेरडीपुढे तुझे गाऱ्हाणे गाऊन अपमानित होऊन आलो; रतन, केवळ तुझ्याचसाठी तुझ्या घरच्या माणसांचे शिव्याशाप खाल्ले; तुझ्याच काळजीने वाळून चिपाड झालो आणि अखेर... अखेर रतन, तुमचे तुम्ही सर्वजण एक झालात; मी मात्र सर्वांचा शत्रू झालो... रतन, शेवटी तूही त्या पापी माणसांना सामील झालीस! तो तुझा संकेश्वरवाला मामा तुझ्या लग्नाला पैसे खर्च करणार आहे, ते काही तुझा पुळका आलाय म्हणून नव्हे; तर थोरल्या भावाने केलेली राड हा उपसतोय, इतकंच! म्हणजे तुझ्या लग्नाला खर्च केला जाणारा पैसा पापाचा आहे. आजवर तू अनिच्छेने का असेना, थोरल्या मामाशी जी शय्यासोबत केलीस, त्याबद्दल दिला गेलेला तो मोबदला आहे. तू म्हणतेस, 'माझ्या लग्नाला तरी हजर राहा.' पण, तुझं लग्न म्हणजेच एक तमाशा आहे, रतन. ज्यांनी तुझ्या माथी बटकीचं जिणं मारून तुला माणसांतून उठविली अन् आत्महत्या करावी की काय– असा टोकाचा विचार करण्यापर्यंत वेळ आणली, तीच पापी न् चांडाळ माणसं मोठ्या साळसूदपणे तुझ्या लग्नात मिरविणार आहेत आणि रतन, अक्षता पडल्यावर आशीर्वादासाठी तुला त्यांचे पाय धरावे लागणार आहेत! ज्याचे पाय धरून तू आशीर्वाद मागावेस, असा जगात केवळ एकच माणूस आहे; आणि तो म्हणजे हा रामू. बाकी कुणाचीही ती लायकी नाही. ना तुझ्या आईची, ना बापाची, ना भावांची, ना मावळ्यांची, ना इतर नातेवाइकांची. तुझी वेळ फिरली, तेव्हा या साऱ्यांनी तुझ्याकडे पाठ फिरविली. तुला वाऱ्यावर सोडून दिली. केवळ हा रामूच तुझ्या पाठीशी शेवटपर्यंत कडा बनून राहिला... दुसरं कोणीकोणीही नाही!' यावर रतननं एवढंच कळविलं– 'रामू, मी मरून जाऊ का? तू अशा रागाने पत्रं लिहायला लागल्यावर मी काही फार दिवस जगत नाही... माझ्या आयुष्यात जगण्यासारखं काही नाही हे मला माहीत आहे; तरीपण मी तुझ्या शब्दाखातर जिवंत राहिल्येय; नाहीतर माणसाला मरायला किती थोडा वेळ लागतो!'

वाचून त्याचा राग कुठल्याकुठे पळाला नि नेहमीसारखी तोच तिची समजूत काढण्यासाठी लिहू लागला, 'रतन, मी तसं लिहायला नको होतं, मी खरंच रागावलो नाही'... वगैरे.

दहा

साखरपुड्याला रतनची आई गावाकडून आली होती आणि साखरपुडा झाल्यानंतर रतनजवळच राहू लागली होती. साखरपुडा झाल्यानंतर थोरलाही त्या घरी येऊ लागला होता. तो एक-दोन वेळा येऊन गेल्याचे पाहून त्याच्या मस्तकात तिडीक उठली होती. वाटत होतं, ही माणसं आहेत, की जनावरं आहेत? त्या हरामखोराला घरात पाय तरी कसा टाकू देतात? अन् रतन तरी कशी गप्प बसतेय? तो बदमाश घरातून बाहेर पडताच त्याला ओढावं नि गटारीत घालून कचाकच तुडवावं; पण मोठ्या संयमानं त्यानं आपला संताप दाबून टाकला नि ठरविलं रतनच्या आईला एकदा भेटावं आणि सांगावं–

बाई गं, तुझ्या भावाचा पराक्रम तुला माहीतच आहे. त्याला घरी यावयाचं आजवर मी बंद केलं होतं, साखरपुड्याच्या जेवणाला तुम्ही त्याला बोलावून आणलंत; या हरामखोराला तेवढंच निमित्त पुरे झालं. तो पुन्हा घरी येऊ लागला आहे. लग्न होण्याआधी रतनवर पुन्हा हात टाकण्याची संधी मिळाली तर पाहावी, हाच त्याचा पापी हेतू आहे. तेव्हा तू त्याला ताकीद दे आणि घरी यावयाचं बंद कर; नाहीतर मी काही गप्प बसणार नाही; आधीच सांगून ठेवतो!''

पण, तिला भेटायचं कुठं, नि सांगायचं केव्हा? मग त्याला वाटलं, यशोदाबाईच्या घरी जावं अन् तिच्याकरवी रतनच्या आईला बोलवून घ्यावं आणि तेथेच सांगावं..

रात्रीचा सात-साडेसातचा सुमार झाला. कामातून बराच निवांतपणाही लाभला होता आणि विचार पक्का करून तो निघाला...

यशोदाबाईच्या घरात शिरला; पाहतोय तर तेथे थोरला उभा असलेला– यशोदाबाईशी बोलत! म्हणजे हा बदमाश पुन्हा गल्लीत आला तर! यशोदाबाईशी उगीच बोलल्यासारखं करून हा परत रतनच्या घरी शिरणार– संतापाची एक लाट उठली नि सरसरत साऱ्या शरीरभर पसरत गेली; मनावरचा ताबा सुटला अन् आपण काय करतो आहोत हे समजायच्या आतच शरीरानं त्याच्यावर झेप घेतली... एक वर्षभराचा संयम, अख्ख्या वर्षभराचा संताप... कितीतरी दिवसांपासून हात शिवशिवत असलेले... त्याचं नरडं आपण कसं धरलं, तो धाडकन् मागे कधी पडला आणि त्याच्या नरड्यावर आपण पाय केव्हा रोवला अन् त्याच पायातील चप्पलनं त्याच्या तोंडावर फडाफडा मारायला सुरुवात कधी केली, हे त्याचं त्यालाच समजलं नाही! तो बेभान झाला होता. एक भूलच पडून गेली होती...

मांडीवर सूप घेऊन यशोदाबाई बिड्या बांधत बसली होती... हा रामू कधी आत आला आणि यानं तुक्याला खाली तरी केव्हा पाडलं– तिचं तिलाच कळलं नाही... डोळ्याची पापणी लवते न लवते एवढ्यात सारं घडलेलं.... क्षणभर ती भांबावूनच गेली; मग मांडीवरचं सूप खाली ठेवून ती चटकन उठली आणि रामूच्या दंडाला धरून, 'सोड रामू, सोड बघू– माझं ऐकणार का नाही?' म्हणू लागली... खाली पडलेल्या तुक्याने तर आता डोळेच पांढरे केलेले; अन् रामूही आपलं ऐकण्याच्या मन:स्थितीत नाही, हे पाहून छाती बडवून घेत ती बाहेर पळाली...

बाटाचे ते मऊ चप्पल, त्याने कितीसा मार लागणार– असा विचार मनात येताच रामूची नजर भिरभिरली आणि जवळच्याच भिंतीशी उभी केलेली लाकडी काटवट त्याला दिसली... तशी चप्पल टाकून त्याने काटवट उचलली आणि तुक्याच्या चेहऱ्यावर दोन दणके हाणताच त्या काटवटीचेही दोन तुकडे झाले. दोन्ही बाजूंस उडाले... पडलेला तुकडा तो उचलणार, इतक्यात यशोदाबाईने गोंधळ करून जमा केलेली माणसे भसासा आत घुसली, अन् त्यांनी रामूला बाजूस केलं... काहींनी तुक्याला उठविलं. त्याच्या नाका-तोंडातून रक्त येत होतं, रामूला दिसलं ते एवढंच...

तोवर बाहेर लोकांची खूप गर्दी जमली होती... कुणी कुणी दंडाला धरून त्याला गॅरेजकडे चालविलं... चालताना त्यानं पाहिलं की, मार

खाल्लेला तुक्या परत रतनच्या घरात शिरतो आहे... म्हणजे तो बदमाश आपल्यावरील राग रतनवर काढणार... तिला मारणार! हा विचार मनात येताच तो परत त्याच्या अंगावर धावून चालला... तोंडातून तडातडा शिव्या बाहेर पडत होत्या... दंडाला धरलेल्यांची पकड आणखीन आवळ झाली! त्याला गॅरेजमध्ये आणलं गेलं... पाठोपाठ यशोदाबाईही होतीच... म्हणाली,

"शांत हो रामू, शांत हो!"

"तो हरामखोर पुन्हा घरात शिरलाय, त्याला आधी बाहेर काढ!" तो ओरडला.

"ते आमचं आम्ही बघतो, तू आधी शांत हो बघू!"

"तुझं तूं काय बघतेस; तू आधी बाहेर काढ त्याला!" तो उसळून म्हणाला, "नाहीतर परिणाम चांगला होणार नाही!"

तशी यशोदाबाई धावतच गेली... तुक्याला तिने बाहेर काढलं... तो गल्लीतून जाऊ लागला, तशा रामूने आणखीन शिव्या हासडल्या...

बघ्यांतील काही विचारू लागले, "काय झालं? काय घडलं? कशाबद्दल भांडण-मारामारी?"

"काही नाही, काही नाही..."

तो मोघमपणे उत्तरं देत होता... एवढ्यात समोरच्या लंगड्याचं पोरगं बाजूसच उभा असलेलं दिसलं. तसा त्याचा संताप पुन्हा उसळून आला. याच कार्ट्याचा लंगडा बाप गेल्या वर्षी आपल्या नावाने बोंबलत त्याच्या घरापुढे बसला होता. तो एक एप्रिलचा दिवस होता. आपणाला 'एप्रिल फूल' करण्यासाठी मैत्रिणीकरवी रतननं बाहेर बोलावलं होतं. आपण बाहेर गेलो अन् तिच्या विनोदाला तिच्यासह आपणही हसू लागलो... ते पाहून लंगडा बोंबलत राहिला होता... रतनबरोबर हसल्यावर जणू नीतिमत्तेला धक्का बसला होता; अन् त्याची बायको गावातीलच एका बागवानाला ठेवून घेऊन काढलेली पोरं लंगड्याच्या नावावर जमा करीत होती; तेव्हा मात्र नीतिमत्ता सुरक्षित राहत होती! या लंगड्याने आपल्याबद्दल तुक्याला वेळोवेळी चहाड्या सांगून कान फुंकले होते– रामू-रतनचा पाट लागलाय, दोघांचं जमलं आहे, वगैरे... ते सर्व ऐकून तेव्हा मोठ्या आवेशाने तुक्या आपणास जाब विचारायला आला होता आणि स्वत:च मार खाऊन गेला होता. लंगड्याच्या धाकट्या पोरीनं तर

लग्नाआधी अनेक थेर केलेले... केवळ लाडू, चिवडा वा नव्या दहा पैशांलाही अनेकांशी शय्यासोबत केलेली. त्या अनेकांपैकी तुक्याही एक. आपल्याच घरात दोघांना एकत्र असं प्रत्यक्ष रतनने पाहिलेलं... गल्लीतल्या मुला-मुलींची मापं काढणारा लंगडा त्या वेळी काय लेकीच्या यजमानांची मोजमापं करीत बसला होता; की तिनं आणलेली भाड खाऊन मिंधा झाला होता?- हे सगळं आता रामूला आठवलं. एका अनामिक अनावर उसळीत त्यानं लंगड्याच्या पोराला दोन-तीन शिव्या हासडून म्हटलं,

"ह्या... ह्याच सुक्काळीच्याचा बाप त्या हरामखोराला चहाड्या सांगणार! त्याच्या पोरीवर गाव चढत होतं, तेव्हा काय हा मोजमाप करीत बसला होता? आणि आता दुसऱ्यांची मापं काढतोय चूतमारीचा!"

त्याच्या जिभेचा लगाम सुटला आणि पुन्हा भांडण पेटलं! लंगड्याचं कार्टं घराकडे पळालं आणि भावांना बोलावून आणलं... काठ्या घेऊन ते दोघं भाऊ आले, अन् दुरूनच नाचू लागले... लग्नानंतर नवऱ्यासह शेजारीच राहिलेली व सतीसावित्री झालेली ती चवचाल, बनेल पोरटीही आली, नि तोंड वाजवू लागली, "सांग- तू मला कुठे कुठे पकडलं आहेस? सांग मला!"

"अगं, त्याच घरात तुक्याखाली येऊन पडत होतीस तू- दिवसाढवळ्या! लग्नापूर्वीचं धंदं विसरलीस वाटतं? तूं रंडी आहेस रंडी-दीड दमडीची!"

तिची थोरली बहीणही नवऱ्यासह गल्लीत राहिलेली. तिचा कालाटिम्म, उंदराच्या तोंडाचा नवरा कुठूनसा आला नि त्याची गळपट पकडून म्हणाला,

"चल माझ्याबरोबर- खरं, खोटं करून दे, चल!"

तशी रामूनंही त्याची गळपट पकडली, अन् त्याला आपल्याकडे खेचत म्हटलं,

"बोलावून आण तुझ्या मेव्हणीच्या यजमानाला, आताच्या आता खरं-खोटं करून दतो!"

पुन्हा वादावादी... झोंबाझोंबी...

तेवढ्यात गल्लीतील एक प्रतिष्ठित नि कोट्यधीशही लिंगाप्पाणा आले नि म्हणाले,

"काय रे बाबा, काय हे चालविलं आहेस? तुझे वडील कसे

देवासारखे; आणि काय रे हे सूर्यापोटी शनिश्वरासारखं वागणं... जा, जा. घरी जा. उगीच कशाला भांडण वाढवीत राहिला आहेस...''

यावर स्पष्टीकरणासाठी तो काही बोलणार होता; पण मघाच केव्हातरी आलेल्या त्याच्या भावांनी व जमलेल्या काही हितचिंतकांनीही त्याला काही बोलू न देता जवळजवळ ढकलतच गल्लीबाहेर नेलं, घराकडे चालविलं...

भांडण तेथेच थंडावलं...

घरी आल्यावर वडिलांनी त्याला फैलावर घेतलं, तशी त्यानं सर्व सत्य परिस्थिती सांगितली... तसे संतापून ते म्हणाले,

"अरे, पोटासाठी स्वतःच्या मुली धंद्यावर बसवितात काही लोक! म्हणून का तू त्यांच्या खासगी गोष्टींत भाग घेणार? तुला एवढं काय कारण होतं, त्या पोरीच्या बाबतीत नाक खुपसण्याचं?'' आणि जवळच असलेल्या आईकडे मान वळवून ते म्हणाले, "हाच नादी लागला होता तिच्या. सगळी गल्ली असं म्हणतेय. निदान एक तरी माणूस याच्या बाजूनं बोलायला पाहिजे होतं!''

"खरी परिस्थिती गल्लीतल्या कुणालाच माहीत नाही. तशी असती तर तिचं लग्नदेखील ठरलं नसतं!''

"तिथं गल्लीत तूं मोटारी दुरुस्त करीत होतास, की हेरगिरी करीत होतास? तुझा धंदा सांभाळून गॅरेजमध्येच राहिला असतास, तर हे सगळं कशाला उद्‌भवलं असतं? चूक प्रथम तुझीच आणि उगीच दुसऱ्याला कशाला बोल लावायचा?''

आपली बाजू समजून घेणारं कुणीच नव्हतं. सगळीच विरुद्ध, बाहेरची असू देत; पण घरचीही? ज्याच्यासाठी आपण आजवर गुरासारखे राबलो, ते आपले भाऊही? लंगड्याची कार्टी आपल्या अंगावर धावून येत होती, त्या वेळी भावांनी त्यांची नरडी पकडायला हवी होती; निदान आपणाला तरी रिकामं सोडायला हवं होतं... आपल्याजवळ तर सगळे पुरावे होते... आणि प्रत्यक्ष रतननं तर लंगड्याच्या पोरीला तुक्याबरोबर एकांतात पाहिलेलं; आणि आपणास पाठविलेल्या दोन पत्रांत तर हे गौप्य स्वतःच लिहून ठेवलेलं. अशी सगळी परिस्थिती असतानाही आपल्या घरच्या लोकांनी नेमकी उलट बाजू घ्यावी? या... याच लोकांच्यासाठी आपण आजवर हलकीसलकी कामं करीत राहिलो...

कुठेही चांगली नोकरी मिळाली नसती का आपणाला? आरामशीर एखादी नोकरी करून स्वत:पुरतं सुखात, ऐषआरामात राहता आलं नसतं का? ही सर्व शक्यता असतानाही आपण आपणाआधी आपल्या या घरातील माणसांचा, या भावंडांचा प्रथम विचार केला. आपण ढोर मेहनत केली, राब राब राबलो; ते कुणासाठी? याच... याच आपल्या घरच्या माणसांच्यासाठी... आणि आपणावर वेळ आली; पण मदतीला धावून न येता याच आपल्या माणसांनी आपल्याकडे पाठ फिरविली... आणि साक्षीला गल्लीतील लोक... ती गल्ली, ती माणसं! दिवसाला एक ना एक भांडण पेटल्याशिवाय तिथला दिवस कधी विझला नाही... फार सज्जन गल्ली! तिथल्या कितीतरी पुरुषांना परस्त्रियांचे अन् बऱ्याच सतीसावित्रींना परपुरुषांचे व्यसन नि पुष्कळ मुलींना प्रियकरांचे... सगळा चिखल नि राड... अन् अशा गल्लीतील लोकांनी आपणावर ठपका ठेवावा? किती मोठा विनोद!

अखेर वडिलांनी निर्णय दिला,

"तू उद्यापासून तिकडे जायचं नाही, आम्हाला कुणाशी भांडण नको... कदमाच्या पेट्रोलपंपाशेजारी मग्गेरीचं खोपट आहे; ते मिळतंय काय पाहूया उद्या, मिळालं, तर तिथं गॅरेज घाल... नाही मिळालं, तर दुसरी जागा बघू..."

काही अपराधाविना ही शिक्षा होती... आपल्याच घरातील माणसांनी आपणाला असं बेअब्रू करून माणसांतून उठवावं? लोकांच्या दृष्टीनं आपण एक बदमाश ठरलो. सगळ्यांचीच अशी समजूत होणार आता– एका गरिबाच्या घरातील मुलीवर यानं वाईट नजर ठेवली; तिचं लग्न ठरलं, तेव्हा तिच्याच मामाला उलट मारून यानं तिची बेअब्रू करण्याचा प्रयत्न केला; कारण तिचं लग्न मोडावं म्हणून; केवळ सूडबुद्धीनं!– बहुतेक सर्व लोकांची अशीच समजूत होणार. सगळ्याच लोकांना आपणाविषयी घृणा, तिरस्कार वाटणार... हे काय करून बसलो आपण... आपण या प्रकरणात आपलीच अब्रू गमावून बसलो...

रात्री जेवताना त्याच्या घशाखालीही घास उतरेना... आता आपण जेवतो आहोत; पण तिकडे रतनची काय परिस्थिती झाली असेल?– विचार मनात आला, अन् हातातील घास हातातच राहिला... पुढं त्याला जेवणच गेलं नाही. तो तसाच उठला. अंथरुणावर अंग टाकलं,

तरी या विचाराचा भुंगा सुटला नाही... आपल्या हातून हे जे आततताईपणाचं कृत्य झालं, ते एकंदरीत चुकलंच... फार फार चुकलं! रतन अजूनही आपल्याजवळ ती ढेकूणनाशक औषधाची विषारी कुपी बाळगून आहे... ती फोडून टाकण्याबद्दल किंवा आपणाला परत देण्याबद्दल आजवर किती प्रयत्न केले! पण रतनने आपलं काहीच ऐकलं नाही. बेअब्रू होण्याच्या भयाने आज रात्री रतनने ती कुपी पिऊन आत्महत्या केली तर? मन घट्ट करून या वाईट विचारापासून ती परावृत्त झाली, तरी गल्लीतील या भांडणाची वार्ता वरपक्षाकडील मंडळींना लागली अन् त्यांनी हे ठरलेलं लग्न मोडलं तर? तर...? तर मग रतनचं पुढलं भविष्य काय? आपण काय केलं नि हे काय होऊन बसलं? तिच्याच अब्रूरक्षणासाठी त्या सर्व भाडखाऊ बदमाश माणसांशी आजवर आपण एकाकी झुंज दिली आणि या आपल्या जगावेगळ्या कार्याचा शेवट आपल्याच हातून अभावितपणे हे अशा प्रकारे तिला बेअब्रू करण्यात होणार होता का? आजवर तिला आपण माणसांत आणली; पण हे अशा तऱ्हेने आज आपणच तिला माणसांतून उठविण्यास कारणीभूत होणार का? हेच का आपलं विधिलिखित? आणि ती? ती केवळ असा बळी जाण्यासाठीच जगात जन्माला आली होती? आणि तिच्या गळ्यावरून सुरी फिरविण्याचं हे अशा प्रकारचं कार्य विधात्याला आपल्या हातून घडवायचं होतं? तिच्या आयुष्यात आपली निश्चित भूमिका कोणती? आणि आपल्या आयुष्यात तिची? तिच्यामुळे आपणास सुखापेक्षा दुःखच जास्त भोगावं लागलं. परवा तिचा तो संकेश्वरवाला मामा तिकडूनच भटजी घेऊन आला होता. चौकशी केल्यावर यशोदाबाईकडून समजलं– रतनला मंगळ आहे, त्याच्या शांतीसाठी धार्मिक विधी करायला संकेश्वरवाला भटजी घेऊन आला होता! आपला भविष्यावर तितकासा विश्वास नव्हता; तरीपण आता वाटू लागलं– रतनच्या मंगळाच्या तडाख्यातच आपण गावलो आहोत... तरीच! तरीच आपणाला इतकं दुःख नि मनस्ताप आजवर सोसावा लागला; आणि रतन आपल्या आयुष्यात आहे तोवर हे असंच... म्हणजे आजचं हे भांडण हा या जगावेगळ्या प्रेमकहाणीचा शेवट आहे की सुरुवातीची ही केवळ नांदी? तसं असेल, तर पुढे काय होणार आहे? काय वाढून ठेवलं आहे पुढं?

काहीही असो; काहीही होवो; पण ती मरता कामा नये... ती

जगायला हवी... तिला जगवायला हवी... परमेश्वरा, आजची रात्र सुरळीतपणे जाऊ दे...

विचार... विचार... विचार... अनेक प्रकारचे, अनेक तऱ्हेचे... डोकं पिकून गेलं विचार करून... रात्र अशीच तळमळण्यात, तडफडण्यात गेली... झोपेविना अंगात उष्णता वाढली, न् ताप आलेल्या रोग्याची कळा साऱ्या शरीरात आली...

सकाळ होताच तो घरातून बाहेर पडला आणि त्यानं रतनला ताबडतोब कळवून टाकलं–

"रतन, आभाळ फाटो, धरती दुभंगो, तू मात्र स्थिर राहा... काहीही होवो पुढे; तू मरायचं मात्र नाही, तर जगायचं रतन, मी आहे पाठीशी. सगळ्या जगानं माझ्याकडं पाठ फिरविली आहे. तरी मला त्याचं काही वाटत नाही; पण रतन तू तर निदान माझ्या बाजूने शेवटपर्यंत राहा! जग काहीही म्हणो माझ्याविषयी; पण रतन, तू तरी जाणतेसच, हे सर्व काही मी तुझ्याच भल्यासाठी, कल्याणासाठी केलंय... यात तसा माझा काहीही फायदा नाही, काहीच वाईट हेतू नाही. रतन, तू जगावीस, अब्रूनं जगावीस, माणसात यावीस– यासाठीच केवळ आजवर मी धडपडलो... त्यासाठी मी माझ्या या व्यवसायाची पर्वा केली नाही, की प्राणाची क्षिती बाळगली नाही... म्हणून रतन, तू आत्महत्या केलीस, तर आजवर मी केलेली सगळी-सगळी धडपड व्यर्थ ठरेल; मी माणसातून उठेन; तेव्हा रतन तू जग, तू जगावीस रतन... जे काही घडलं – झालं त्यानं तू हातपाय गाळून बसू नकोस, किंवा आत्महत्येचा विचारही मनात आणू नकोस...'

रतनचं काही बरंवाईट झालं नसेल, तर तिच्याकडून उत्तर येईल, नाहीतर... नाहीतर...?

पत्र वाचून होताच रतननेही एका बाईकडून त्वरित कळविलं–

'जे काही झालंय, ते माझ्या मनाप्रमाणं झालं आहे. मी काही या भाडखाऊंच्या बाजूची नाही; तर जिवात जीव आहे, तोवर तुझ्या बाजूची आहे; आणि यापुढेही मी तुझीच बाजू मांडणार आहे; परिणाम काहीही होवो मग... मी काही आत्महत्येचा विचार करीत नाही; तू मुळीच काळजी करू नकोस. मात्र तू सावध राहा; तुला मारायला टपलेले आहेत ते. तुझ्या अंगाला धक्का लागला, तर तो माझ्या

जिवाला धक्का लागला, असं मी समजते...

ऐकून घेऊन त्यानंही निरोप पाठविला–

'रतन, तू माझी मुळीच काळजी करू नकोस. मी सावधच आहे. या रामूच्या अंगावर हात टाकणाऱ्याचं काळीज सुपाएवढं असायला हवं! तू निश्चिंत राहा. स्वतःला सांभाळ. जास्त विचार करीत बसू नकोस...

या सगळ्यांत समाधानाची गोष्ट ही होती की, गेल्या रात्री आत्मघात करून घेण्याचा आततायीपणा रतनने केला नव्हता...

मग्गेरीचं खोपट महिना पंधरा रुपयांच्या भाड्यानं मिळालं. पाच वर्षांचा करार केला. अगाऊ एक महिन्याचं भाडंही दिलं. गॅरेजमधील पोरं नि तो– मिळून एकच रिप्पी सुरू झाली... अशीच संध्याकाळ झाली, कलली. गार वाऱ्याच्या झुळका सुरू झाल्या आणि यशोदाबाई आली. तिच्या अनपेक्षित आगमनाने त्याला आश्चर्य वाटलं. या बयेनं ही अशी इकडे वाकडी वाट का केली असावी? – प्रश्न पडला.

आल्या आल्या ती होऊन बोलू लागली,

"रामू, हे काय करून बसलास बरं? मी किती दिवस तुला थोपवून धरलं होतं! 'तिचं एकदा लग्न होऊ दे; मग काय झेंडा लावायचा तो लाव,' असं किती वेळा तुला सांगितलं होतं बरं?"

"त्या हरामखोराला मारावं म्हणून काही तुमच्या घरात मी आलो नव्हतो; तर तुम्हाला भेटावं, तुमच्याकरवी रतनच्या आईला बोलावून घेऊन, 'तुझा भाऊ वाईट हेतूनं पुन्हा घरात येऊ लागलाय्, त्याला घरी यावयाचं प्रथम बंद कर' असं तिला सांगावं, यासाठी आलो होतो. आत पाऊल टाकलं, तर तो बदमाश तिथे दिसला. त्याला पाहून माझा राग आवरला नाही; माझ्या मनावरचा ताबाच सुटला..."

"तू भांडण काढून रिकामा झालास; खरं माझ्या गळ्यातील एकसर तुटला दंगलीत; शिवाय घरातील एक घागरही कुणी नेली..."

ऐकून तो अवाक् झाला. सरड्याचा साप झाल्याचं दिसावं, तसा दचकला... त्या दंगलीत ही तर नव्हती, बाहेर पळून गेली होती आणि बाहेरच्या माणसांना बोलावून आणून तिनं त्या हरामखोराची सुटका केली होती... मग...? कसं शक्य आहे हे? यशोदाबाईनं तर सर्वस्व गेल्यासारखा आवाज काढला होता... त्या क्षणापुरतं तरी त्याला वाटलं, खरंच, असेलही असं... गेलाही असेल...

"आता माझी ही नुकसानी कोण भरून द्यावयाची बरं? तूच माझ्या घरात शिरून भांडण काढलंस; ही तुझीच चूक आहे. तेव्हा तूच माझी ही नुकसानी भरून द्यायला हवीस... नाहीतर मला कचेरीला जायची पाळी आहे..."

"हे बघा यशोदाबाई, हे सर्व आता उगीच वाढवीत बसू नका. नाहीतर मधल्यामध्ये रतनच्या जन्माचं वाटोळं होईल, विनाकारण... तेव्हा तुम्ही गप्प बसा; तुमची काय असेल ती नुकसानभरपाई मी देतो... आजवर रतनला एवढं सांभाळलंय- सावरलंय... आणि शेवटी काहीतरी वाईटसाईट व्हायला नको..."

...यशोदाबाई निघून गेली, तरी त्याच्या मनात हेच भणाणत राहिलं- हिनं असं का वागावं? का उलटावं? लंगड्यानं किंवा त्याच्या त्या दारुड्या कारट्यांनी हे सगळं सूड म्हणून तिला शिकविलं असावं? किती आपुलकीनं आजवर तिच्याबरोबर आपण वागत होतो! पैशासाठी कुणापुढंही पाहिजे तेव्हा तंगड्या वर करणारी ही वेसवा आपणावरही एक दिवस उलटेल, हे तेव्हा आपल्या ध्यानीमनीही कसं आलं नाही...? -विचार करता करता तिचं सगळं पूर्वायुष्य आठवू लागलं... पाच-सहा मैलांवरील खेड्यातील ही बाई. माळवं विकत पंचक्रोशीत फिरायची. कुठल्या गावचा बाजार सोडायची नाही, की तालेवार माणूस. माळव्याबरोबर देहाचाही सौदा. यामुळेच गाववाले चिडले आणि तिला गावातून हाकललं आणि ती शहरात आली. इथं बिड्यांचा मोठा उद्योग. पाच-सहा कारखाने. बिड्या बांधायला शिकली. चार लोकांना दाखवायला हा उद्योग; पण दुसरा उद्योग पूर्वीसारखाच पद्धतशीरपणे चालू झाला, विस्तारला. एकापाठोपाठ एक पोरींचीच पैदास. ती व्यवस्थितपणे नवऱ्याच्या नावावर जमा. या सर्व गोष्टीला नवऱ्याची पूर्णपणे परवानगी. ती नोकरीला असे, त्या लोखंडी दुकानातच तो झोपायला असे. अन् इकडे यशोदाबाईला रात्र रिकामी. पुरुष, दारू. शुद्धीवर असल्यावरदेखील ती दारू पिऊन झिंगल्याची इतकी हुबेहूब नक्कल करी!- असं आयुष्य चाललेलं. पुरुषांमागून पुरुष. शिकार. सध्या तडाख्यात म्युनिसिपालिटीतील हेडक्लार्क. जवान विधवा पोरगी - महाराष्ट्रातील एका अव्वल दर्जाच्या कॉलेजात प्राध्यापिका. अन् इकडे याचे हे उद्योग... हे गल्लीतील घर या हेडक्लार्कनंच खरेदी करून यशोदाबाईला दिलेलं...

अशी ही यशोदाबाई - रतनची पाहुणी. अन् केवळ हिच्याच घरी जायची बंडूनं रतनला परवानगी दिलेली... उद्या लग्न करून घेतल्यावर स्वत:च्या बायकोलाही हा बंडू धंद्यावर बसवेल, अन् स्वत:चं पोट जाळेल! षंढ!

येणाऱ्या नवनवीन अनुभवांचं त्याचं त्यालाच आता आश्चर्य वाटू लागलं. प्रत्येकाप्रमाणेच आपणही स्वत:ला कसे शहाणे समजत होतो. वाटायचं, आपणाला शहाणपण आलंय. सगळं जग समजलंय... पण, रोजचे येणारे हे अनुभव...! काळजावर एक-एक डाग. एक-एक वण! रतनबद्दल तरी सुरुवातीला आपली काय समजूत होती! आणि तो बंडू... त्याला आपण किती कणखर न् सज्जनही समजत होतो; पण तोच भाचीच्या जिवावर पोट जाळणारा निघाला! अन् ही यशोदाबाई– हिला आपण कधी न् कोणकोणत्या प्रकारे मदत केलीय आजवर... नि तीही अशी कृतघ्न बनावी!

ही माणसं, हे अनुभव... या सगळ्यांना कुठल्या कोष्टकात बसवायचं?

यशोदाबाई येऊन गेली, अन् एक भुंगा मागे लावून गेली. दिवस पार नासून गेला...

अकरा

दुसऱ्या दिवशी गुरुवार आणि रतन आली; हे पण अनपेक्षितच. एवढं मोठं भांडण झालं असताना तिच्याभोवतीचा पहारा सैलावेल; अन् भेटण्यासाठी ती येथवर येईल, हे केवळ अशक्य; पण तरीही? एक प्रश्नच पडला. सोबत दहा-अकराच्या उमतीची एक परकरी पोरही होती...

आल्या आल्या रतनच म्हणाली, "तुला केव्हा एकदा डोळे भरून पाहीन, असं झालं होतं बघ मला..." आणि तिनं अशा काही नजरेनं त्याच्याकडे पाहिलं...!

तिच्यासाठी आजवर सहन केलेले अपमान, सोसलेला मनस्ताप व काढलेली भांडणं– साऱ्यांचं सार्थक झाल्यासारखं त्याला वाटलं...

"मलाही तसंच वाटत होतं रतन...! तू आलीस हे एक बरंच झालं म्हणेनास; नाहीतर माझं डोकंच फिरल्यासारखं झालं होतं बघ. ही नातीगोती, ही माणसं, हे जग–सगळ्यांवरचा विश्वासच उडून गेला होता. जगण्यावरचाही..., चल, गावाबाहेरच्या त्या चव्हाणांच्या विहिरीकडं जाऊ. तू इथं आल्याचं घरी समजलं, तर ती माणसं तुला त्रास दिल्याशिवाय राहणार नाहीत..."

पश्चिमेस फर्लांगभर गेलं की, माणूस गावाबाहेर पडे. तेथून आणखी तितकंच चाललं, की चव्हाणांची विहीर...

"भांडणात तुला कुठं लागलं तर नाही ना?" चालता चालता तिनं विचारलं.

"हा बघ– मी तुझ्या समोरच तर आहे. कुठं मला कुणाचा ओरखडाही उठलेला नाही. ओढाओढीत माझ्या मॅनिलाचं एक बटन तुटलं इतकंच. बाकी मला काहीही झालं नाही!"

"मला तुझी काळजी वाटत्येय बघ...!"

ऐकताच त्याला हसू फुटलं... हसू ओसरताच म्हणाला,

"तुम्ही मुली अशाच भित्र्या असता. तुम्हाला सगळ्याच गोष्टींची काळजी वाटत असते!"

"तुला सवयच पडलीय बघ– सगळंच असं चेष्टेवारी घालवायची; माझा जीव तिकडे वर-खाली होतो! तुला मारायला टपले आहेत; जपून राहा... त्या गल्लीत येऊ नकोस..."

"माझ्या अंगावर हात टाकणाऱ्यांचं काळीज सुपाएवढं पाहिजे! तेव्हा रतन, तू काही काळजी करू नकोस; तर स्वत:ला संभाळून राहा... पुढे काहीही होवो– पण, आत्महत्या करण्याचा प्रयत्न करू नकोस..."

"तो विचार मनात आणला असता, तर परवा रात्रीच मरून गेले असते..."

"हं, तर अशी तू खंबीर राहा, म्हणजे माझ्या अंगात हत्तीचं बळ येईल...," आणि तो म्हणाला, "अन् गल्लीत म्हणशील तर चल, आताही येतो– कोणाची माय व्यालीय बघू– माझ्या अंगाला हात लावायची! रतन, मी भित्रा असतो, तर तुझ्या या प्रकरणात भागच घेतला नसता. तुझं काही बरंवाईट झालं असतं, तर माझ्यावरच ठपका आला असता, अशी विचित्र परिस्थिती. दुसरा कुणी असता, तर त्यानं गल्लीतून पलायनच केलं असतं! मी असं काही केलं नाही; तर सर्व धोका पत्करून त्या गर्तेतून तुला खेचून वर काढली... तर रतन, तू माझी मुळीच चिंता करू नकोस. मी पुष्कळ सावध नि खंबीर आहे... आता ही गल्ली सोडायची ते तुझ्याचसाठी रतन. केवळ तुझंच भलं व्हावं म्हणून... मी गल्लीतच राहिलो, तर पुन:पुन्हा अशी भांडणं होत राहणार; अन् मधल्यामध्ये तुझी मात्र बेअब्रू. लग्न मोडायची भीती... तुझ्या आयुष्याचं आजवर वाटोळं झालंय एवढं बस्स झालं, निदान इथून पुढे तरी काही चांगलं व्हावं, असं मला फार फार वाटतंय बघ..."

"माझं काहीही होऊ दे; पण तुझ्या पायांखाली कसली आग पेटली आहे, ते तर पाहा..."

"चालायचंच रतन, पुरुषाचा जन्म असाच असतो, आगीतून चालण्याचा! अगदीच मिळमिळीत आयुष्य जगण्यातही काही चव नसते!"

विहीर आली. धावेजवळ पिवळ्या चाफ्याचं झाड फुलांनी डवरलेलं. पाहताच तिची मैत्रीण धावली. फुलं काढण्यासाठी. झाडाजवळ खोपट. पिछाडीस नारळीचं एकुलतं एक झाड. पाहून तो म्हणाला,

"चल, त्या नारळीखाली बसू..."

दोघं बुंध्याशी आली. खाली बसता बसता रतन म्हणाली,

"यशोदाबाई एक मिटलेलं भांडण पुन्हा वाढवू लागलीय. भांडणात गळ्यातील एकसर तुटून हरवला, असं तिनं उठविलं आहे, खोटंच. पैसे मागायला आली, तर 'विशाळगडला जाऊन खरं-खोटं करू या,' असं तू म्हण!"

"खुळी आहेस रतन तू! असं वाढविलं, तर फारच काही वाढविता येतंय; पण मधल्यामध्ये तुझंच वाटोळं होऊन बसेल, म्हणून हे सर्व मिटवायला बघायचं आता..."

"यशोदाबाई अशी वागेल, असं स्वप्नातही वाटलं नव्हतं!"

"तूच समजत होतीस– यशोदाबाई माझी पाहुणी आहे, माझ्या बाजूची आहे आणि मला सांगत होतीस, 'तिला पडल्या नडल्या वेळेला मदत करीत जा.' ऐकून मीही केली. कितीतरी वेळा तिची पैशाची गरज भागविली. तिच्या पोरी अजारी पडल्या होत्या, तेव्हा मीच औषध देऊन त्यांना बरं केलं... त्याचे चांगले उपकार फेडले तिनं. तिनं असं विनाकारण वैर धरायला नको होतं. अमुक इतके पैसे हवेत, म्हणाली असती, तर मी आनंदाने दिले असते; पण तिनं असं खोटं उठवायला नको होतं... त्या वेसवेला फक्त पैसाच दिसतो रतन; पण तुझं वाटोळं होत असलेलं दिसत नाही. तुझ्याविषयी थोडातरी आपलेपणा तिला वाटत असता, तर असले घाणेरडे उद्योग तिने आरंभले नसते!"

"ती माझ्या जिवावरच उठली असली तर?"

"तसंच आहे ते रतन. ती वेसवाच आहे. तिला फक्त पैसाच दिसतो. काल आली होती भेटायला. शेवटी मी तिला म्हटलंही– 'हे असं वाढवू नका. रतनची फरफड होईल मधल्यामध्ये.' यावर ती काय म्हणाली माहीत आहे? 'तुमचं तुम्ही मरा जावा; मला माझ्या एकसरचे पैसे हवेत.' पाहिलंस रतन, आपली म्हणून जवळ केलेली माणसं क्षुद्र स्वार्थासाठी केसानं गळा कापायला कशी उठतात ते! तेव्हा रतन, हेच शहाणपण शिकण्यासाठी पैसे मोजले, असं समजायचं अन् ती मागत्येय

तेवढे द्यायचे!''

''माझ्या नशिबात मंगळ लिहिलाय. माझ्यामुळं तुलाही काही सुख नाही. कुणालाच नाही. मला माझ्या जन्माचाच कंटाळा येऊन गेलाय. वाटतं की, मरून...''

''पुन:पुन्हा अशा मरायच्या गोष्टी करू नकोस रतन; त्या ऐकून काळजाला किती दु:ख होतंय, ते तुला कसं सांगू? खरं तर, तुझ्यापासून स्वत:ला काही सुख मिळावं, अशी अपेक्षाही कधी मी केली नाही... माणसानं प्रेम केलं, म्हणजे केवळ सुखाचीच अपेक्षा करायची का? की सुख मिळावं, म्हणूनच प्रेम करायचं?'' आणि त्यानं हसून विचारलं, ''मी मघापासून फार बोलतोय नाही? मराठी चित्रपटातील पात्रासारखं?''

''खूप दिवसांनी भेटल्यावर असंच होतंय बघ! तिथं गल्लीत आपण किती जवळ होतो; पण आपणाला कधी भेटता आलं नाही, बोलता आलं नाही. एकमेकांकडे पाहायचीही चोरी तिथे. तू इकडे आलास, निदान पोटभर बोलता तरी आलं आपणाला...''

''रतन, मला मघापासून एका गोष्टीचं आश्चर्य वाटतंय पाहा. कुठली म्हणशील तर ती ही की– तेवढ्या पहाऱ्यातून तू स्वत:ची सुटका कशी करून घेतलीस; आणि इथवर आलीस तरी कशी?''

''मावशी व आजी कामाला गेलेल्या. बंडूमामाही. घरी फक्त आईच होती. आता बरोबर आलेल्या या कमीच्या घरी जाते, म्हणून बाहेर पडले; नि मग कमी व मी त्यांच्या परड्याच्या दारातून बाहेर पडलो. सरळ इकडेच येणार होतो; पण लंगड्याचं थोरलं कार्टं पाळतीवर होतं. ते पाठलाग करू लागलं, तशा दोघी दर्ग्याकडे गेलो. आज गुरुवार दस्तगिरचा वार. दर्ग्यात गर्दी. तिथं त्याला चुकविलं आणि मग इकडे आलो...''

''च्याआयला त्या लंगड्याच्या कारट्यांच्या! त्यांची बहीण यजमान करीत फिरत होती, तेव्हा हे भडवे काय तिनं कमाविलेल्या पैशांचा हिशेब करीत घरी बसत होते? स्वत:च्या बहिणी सांभाळायला येत नाहीत आणि दुसऱ्यांच्या पोरींवर पाळत ठेवतात साले!''

''मी त्याला शिव्या देऊ का– पुन्हा पाठलाग करू लागला तर?''

''नको रतन, उगीच चिखलात कशाला दगड टाकायचा? तुझं लग्न एकदा सुरळीतपणे पार होऊ दे...''

''लग्न मोडलं तर बरंच रामू... लग्न करून घेऊ नयेसं मला तरी

वाटतंय... तुला दुःखात ठेवून कशाला लग्न करून घ्यायचं?''

''मी दुःखी नाही रतन. मी तर याच दिवसाची वाट पाहत होतो... या नरकातून तुझी सुटका होण्यासाठी. तोच एक सन्मानाचा व चांगला मार्ग आहे! उलट मला आनंद होतोय. फार फार समाधान वाटतंय, शेवटी तुझं चांगलं झालं. फिनिक्स पक्ष्याचा जन्म झाला. त्याच्याच बरबादीच्या राखेतून!''

''चल बाई रतन, जाऊया. बघ बरं, किती उशीर झाला! घरी काय म्हणतील?'' तिची मैत्रीण जवळ येऊन म्हणाली.

तिचा ओचा फुलांनी भरला होता. एक ओंजळ त्याला, एक रतनला दिली. ''बरं, मी चलू?'' रतननं विचारलं.

''जाणार?'' विचारतानाच त्याला उदास उदास वाटू लागलं, ''बरं, जा तर...''

''हा घे, दर्ग्याचा प्रसाद आणि अंगारा...''

त्यानं अंगारा कपाळाला लावला, अन् पिठीसाखरेचा तो प्रसाद तोंडात टाकला... तशी ती म्हणाली,

''बरं, जाते आता. जपून राहा. काळजी घे...''

''त्या बाबतीत काही काळजी करू नकोस तू... माझ्या अंगाला हात लावायची हिंमत नाही, त्या माकडांची! तू अगदी निर्धास्त राहा...''

आणि रतन निघून गेली...

एकाकीपण... पोकळी...

ती येणं नि जाणं...

किती फरक?

इतकं आपण तिच्यावर प्रेम करतो?

आता पुन्हा केव्हा भेटेल?

तोपर्यंतचा हा विरह?

विरहामुळे प्रेमाला तीव्रता येते का?

मग ती कायमची सासरी गेल्यावर आपली काय अवस्था होईल?

छेः, असं हे बरं नव्हे. आपणच आपली तयारी करायला हवी– तो घाव झेलण्यासाठी. पचविण्यासाठी.

माणसाचं मन गेंड्याच्या कातड्याचं असावं, असं आपण म्हणतो, रतनलाही सांगत असतो– ते किती खरं आहे!

बारा

दोन दिवस असेच उलटले आणि बाळाबाई भेटली. बाजारात चालली होती. त्याला पाहताच थांबली. रतनची ही शेजारीण. रतनची सर्व परवड तिला माहिती होती. दोन्ही घरांमध्ये फक्त तट्ट्याचं पार्टिशन. त्यामुळे रतनचे सर्व दैवविलास बाळाबाईने पाहिले– ऐकलेले...

"तू बाबा, त्या माणसांना शहाणपणा शिकवायला गेलास आणि स्वतःची बेअब्रू करून घेतलीस... झालं हे काही बरं झालं नाही बघ..." बाळाबाई हळहळली.

"नशिबात आहे ते कुणाला टाळता आलंय, मावशी? पश्चात्ताप करून आणखी स्वतःला कष्टी करून कशाला घ्यायचं?"

"दोन दिवसांपूर्वी रतन भेटायला आली होती?"

"होय; पण तुम्हाला कसं कळलं?"

"तिच्याबरोबर आलेल्या कमीनं सगळ्या गल्लीभर केलंय ते. एकच खळबळ उडून गेली. एवढं मोठं भांडण होऊन रतन भेटायला गेलीच कशी? लोकांना अजब अजब वाटायला लागलं. तिच्या घरातल्यांनीही कपाळावर हात मारून घेतला... परिणाम म्हणून दुसऱ्या दिवशी संकेश्वरच्या मावळ्याला बोलवून घेतलं, अन् त्याच्याबरोबर रतनला तिकडेच पाठवून दिलं...'

"झालं तेही बरंच झालं मावशी, इथं राहिली असती, तर मला अशीच वरचेवर भेटली असती... आणि मग त्यातून काहीच चांगलं निर्माण झालं नसतं... कुणीतरी सूड म्हणून तिच्या सासुरवाडीला चुगली केली असती आणि ठरलेलं लग्नही कदाचित मोडलं असतं!"

"ते झालं खरं, पोरगी घट्ट छातीची, बाबा!

तशा परिस्थितीत भेटायचं, म्हणजे काळीज दगडाचंच पाहिजे!'' असं स्वत:शीच नवल करीत बाळाबाई म्हणाली, ''तुला इकडे रतन भेटायला आली; पण तिकडे तिच्या घरात एकच गोंधळ उडून गेला होता बघ! घरातून रतन बाहेर पडल्यावर काही वेळाने तिची आई शोधू लागली– पण, रतन कुठेच नव्हती! ती घाबरून गेली. धावतपळत वखारीत म्हातारीकडे गेली, अन् धापा टाकत म्हणाली, ''आई, रतन पळाली!' बॉम्ब पडल्यासारखी धावाधाव सुरू झाली. तुझ्या गॅरेजवरूनही फेऱ्या मारल्या. तूही तिथं नव्हतास... दोघं मिळून पशार झाली, असा ग्रह करून घेऊन शोधाशोध सुरू झाली... अखेर रतन आली तेव्हा सगळ्यांचा जीव भांड्यात पडला! तर अशी गंमत!''

बाळाबाई निघून गेली, तरी तिची ती 'अशी गंमत' आठवून त्याला पुन:पुन्हा हसू फुटत होतं... कितीतरी दिवसांनी आपण हे असं खळाळून हसतोय... एक प्रकारच्या सुतकात असल्यासारखं आजवरचं आपलं वागणं...

एक प्रकारच्या सुतकात...? होय आपण सुतकच पाळलं होतं. रतन जोवर दु:खात आहे, तोवर आनंदात राहण्याचा आपल्यास काय हक्क आहे, असं वाटायचं. आनंदी राहावं, म्हटलं तरी वृत्ती फुलायच्या नाहीत. रतनचं दु:ख सावट बनून आख्ख्या आयुष्यावर उभं राहिलं होतं...

यशोदाबाईची रोज भुणभुण चालूच होती. गल्लीतल्या लिंगाप्पाण्णाला ती भेटत होती. तसेच त्याच्या वडिलांनाही तिचं रेकॉर्ड– 'माझी गरिबाची नुकसानी...' वगैरे.

कुणीकडूनही तिला पैसे उकळायचे होते. एक एक समजत होतं, नि त्याचा संताप अनावर होत होता... पुरुष असता, तर चार दणके लगावून गप्प बसविता आलं असतं... ही तर बाई. अंगावर हातही टाकता येत नाही...! काय करावं...? बराच विचार करून त्यानं ठरविलं– यासंबंधी बंड्याला भेटावं, नि सांगावं, 'बाबा रे, ती यशोदाबाई मिटलेलं भांडण पुन्हा वाढवू लागलीय. तिचं काहीच गेलेलं नाही, तेव्हा तिला प्रथम गप्प करा, तुझं ऐकेल...'

विचार पक्का झाला नि तो निघाला... एका मित्राकरवी बंड्याला निरोप पाठविला; 'मी येत नाही!' बंड्यानं सांगून मित्राला परत पाठविलं...

आणि नंतर विचार बदलून तो आलाच... आल्या आल्या तिरसटपणे त्यानं विचारलं,

"काय आहे?"

"यशोदाबाईनं एकसर गेल्याचं खोटंच उठविलंय्, मिटलेलं भांडण ती वाढवायला..."

ऐकून घेण्याच्या मनस्थितीत बंड्या नव्हताच. रामूला पुरतं बोलू न देता मध्येच म्हणाला,

"ते तुमचं तुम्ही काहीही करा; आम्हाला काय सांगू नका!"

ऐकून रामूला क्षणभर वाटलं, साल्याचं नरडंच जाऊन आवळावं. हा काय माणूस आहे! स्वतःच्या घरातल्या पोरीचा जीवन-मरणाचा प्रश्न, अन् हा आपला... पण, ही वेळ संतापाची नव्हती... मनावर ताबा ठेवीत तो म्हणाला,

"बंडू, विचार कर, यात रतनचंच..."

"तुम्हाला काय करायचं ते करा... काय होईल ते होईल..."

"मग, वाढू दे ना– हे सगळं?" निर्वाणीच्या स्वरात रामूनं विचारलं.

"वाढू दे. वाढू दे!" म्हणून बंड्या चालता झाला...

निराश होऊन रामू परतला... डोकंच काम करीनासं झालं... यशोदाबाईला तरी भेटावं? पाहू तर...

निरोप पाठविताच ती आली.

"हे काय चालविलंय मावशी तुम्ही? तुमचा-माझा काय वैरवाद आहे की काय? हे काय म्हणून वैर पत्करलंय तुम्ही? वाढवू नका, गप्प बसा म्हटलं तर हे काय चालविलंय?"

तसं यशोदाबाईनं आख्यानच मांडलं– या भांडणामुळे आपली अब्रू कशी गेली (म्हणजे स्वतःला अब्रू आहे, असा अजून तिचा समज होता तर!) गावातील जावई कसा ओरडू लागलाय (लग्नाच्या आधीच तर याचे यशोदाबाईच्या पोरीशी संबंध. लेकीला आईची फूस. दोघांना घरात घालून आई बाहेर पहाऱ्यावर. अशी लालूच दाखवून कमरेत हाणलेला तो जावई कशाला ओरडेल?) त्याच्या बायकोच्या गळ्यातील तो एकसर होता; आपला दाल्लाही रोज कशा शिव्या देऊ लागलाय...

ऐकता ऐकता त्या दीडदमडीच्या बाईची त्याला चीडच येऊ लागली. माणूस इतक्या स्वाभाविक आवाजात खोटं बोलू शकतं? केवळ

पैशासाठी?

शेवटी जाताना यशोदाबाई म्हणाली,

"पैसा काय रामू, कुत्रंही खात नाही... माणसाच्या जन्माला येऊन माणूस जोडायला पाहिजे, राखायला पाहिजे. म्हणून तर मी अजून गप्प आहे. नाहीतर त्याच दिवशी मला कचेरीत जाता आलं नसतं का? तर माणसाला माणूस बघायला पाहिजे!"

हा म्हणजे तर कळस होता... काही माणसांना प्रभावशाली आवाजाची दैवजात देणगीच असते. अशी माणसं बोलू लागली, की त्याचा विलक्षण परिणाम ऐकणाऱ्यावर होतो. यशोदाबाईही अशीच. ती बोललेलं ऐकताना सगळं कसं खरं खरं वाटायचं! अन् ती निघून गेल्यावर विचार करील, तसं त्यातील खोटेपण जाणवून यावयाचं.

अखेर वडिलांनी शंभर रुपये देऊन यशोदाबाईचं तोंड गप्प केलं... हे असं काही होणारच होतं; पण त्याला समजलं, तेव्हा त्याची विलक्षण चरफड झाली... हे गैर होतं, अन्यायकारक होतं. तरीही त्याला काही करता येत नव्हतं! करू शकत नव्हता!

एवढं सगळं पुरेसं नव्हतं. मनस्तापात आणखी भर पडायची होती.

वडिलांनी एक दिवस बोलाविलं अन् फैलावर घेतलं–

"तू हे काय चालविलं आहेस? त्या पोरीच्या मावळ्याला भेटायला गेला होतास होय– ते लग्न मोडणार म्हणून सांगायला? त्याच्या भावाला मारून आणखी त्यालाच धमकी द्यायला गेला होतास? तो अण्णांजवळ ओरडत गेला होता. अण्णाने बोलावून घेऊन सगळं सांगितलं! ती गरीब माणसं आपल्या मरणाने मरायला लागलीत; त्यात आणखी तुझे हे असले उद्योग! अरे, तू माणसांत जमा आहेस, की नाहीस!"

ऐकून मनातल्या मनात त्याने कपाळावर हात मारून घेतला! दुर्दैव आपलं. आपणाला कोणीच समजून घ्यायला तयार नाही... एक बदमाश माणूस म्हणून घरचे–बाहेरचे लोक ओळखू लागले! इतका अपमान, इतकी उपेक्षा– कशी सहन करायची? कुठल्या बळावर?

आपल्या बोलण्याचा बंड्याने असा विपरीत अर्थ काढावा? माणसांची विचारशक्ती संपुष्टात आली म्हणजे हे असंच व्हायचं! रतनच्या घरातील सगळीच माणसं धास्तावून–घाबरून गेलीत... रतनचं लग्न मोडावं,

म्हणूनच रामूने हे सर्व प्रकार चालू केलेत, अशी त्यांनी सोईस्कर समजूत करून घेतलीय!

साली आपलीच वेळ फिरलीय. सगळं जगही असंच वागणार आता... दिवसेंदिवस हा ग्रह बळावत चालला. डोकं फिरायची पाळी. सगळं जग बदलू दे, त्याची पर्वा नव्हती; पण रतनही? रतनही बदलावी? बाळाबाईची पुन्हा भेट झाली तेव्हा त्यानं हीच व्यथा बोलून दाखवली.

"बाळामावशी, रतन संकेश्वरला जाऊन तीन आठवडे होऊन गेले; पण तिनं बोटभर चिठ्ठी तरी पाठविली का पाहा मला! स्वतःची कधी केली नाही, इतकी तिची काळजी केली; तिच्या भल्यासाठी एवढा धडपडलो; पण किती लवकर ती मला विसरून गेली बघा! माझ्या जिवाला ही गोष्ट फारच लागून राहिली, मावशी... रतननं असं करू नये होतं!"

"रामू, तू तुझ्याच बाजूनं तेवढा विचार करून उगीच उराला वाळू लावून घेतोस बघ! पत्र लिहायचं म्हणजे, पोष्टातनं ते आणणं-लिहिणं-पोष्टाच्या पेटीत टाकणं, हे सगळं आलंच की नाही? एवढं हे सगळं तिथं कुठलं आलंय जमायला! एकदा कानफाट्या नाव पडलं, म्हणजे पडलंच बघ बाबा! तिथं तिला ढिल्लं सोडलं असेल होय? तिथंही तिच्याभोवती पहारा असणार..." आणि अशीच बाळाबाईनं रतनची बाजू मांडली...

त्यालाही तिचं म्हणणं पटलं आणि मनस्ताप बराच कमी झाला...

तेरा

दिवस असेच उलटत होते... पण, कशात काही राम वाटत नव्हता... हे इतकं राबायचं, उरी फुटस्तोवर, ते कोणासाठी? का? आपलं असं कोण आहे जगात? एक रतन होती– तीही आता दुरावली. मग आता राहिलंय कोण आपलं? –असे विचार घोळायचे... तो नर्व्हस होऊन जायचा... असं हे दिशाहीन आयुष्य... आता राहिलंय काय या आयुष्यात? मरण येत नाही, म्हणून जगायचं; मरणाचीच प्रतीक्षा करीत...

असाच एक दिवस सकाळी तो लवकरच उठलेला; आणि दाराच्या तोंडाशी मिश्री लावीत बसलेला. एवढ्यात रतनचा संकेश्वरवाला मावळा आणि मुरगुडचा मावसभाऊ असे दोघं आले... प्रथम तो चकितच झाला... मग संतापाची एक सणक मस्तकापर्यंत सणाणत गेली... हाच... हाच... तो हरामखोर! रतनची कर्मकहाणी सांगणारं आपलं पत्र घेऊन मित्र गेला असता, यानंच त्याचा अपमान करून परत पाठविलं होतं... भावाचं नीच कर्म समजूनही हाच बदमाश चूप बसला... याचं रक्त तापलं नाही, की भावाच्या पापाचा जाब फक्त शब्दानंही विचारण्याचं धैर्य या साल्याला झालं नाही; अन् हा आता स्वत: पैसे खर्च करून भाचीचं लग्न करून देत आहे! एका भावानं पाप केलं, दुसरा ते निस्तरतो आहे! आणि उद्या जगाला आपला मोठेपणा सांगायला रिकामा. 'बघा हो, स्वत:च्या मुलीचं कोण करीत नाही, असं मी माझ्या भाचीचं केलं... मोठ्या थाटामाटात आमच्याच दारात तिचं लग्न लावून दिलं!'

आणि हा दुसरा हरामखोर– रतनचा मावसभाऊ. रतनसारखाच त्या घरातला आश्रित. रतन कुठल्या परिस्थितीत जगत्येय, हे माहीत असूनही यानं बहिणीची बाजू न घेता त्या सर्व भाडखाऊंची घेतली; अन् त्यांच्याबरोबर स्वत:ही भाड खात अन् प्रसंगी रतनबरोबर भांडत राहिला! सकाळी सकाळी या दोघा बदमाशांचं तोंड पाहिलं, आजचा आपला दिवस काही चांगला जात नाही!

त्याच्या मनात असं भरारत होतं आणि संकेश्वरवाल्याने त्याच्या हाती लग्नाची निमंत्रणपत्रिका देत म्हटलं,

"उद्या लग्न आहे– यावयाचं हं; विसरायचं नाही!"

"बरं बरं, नाही विसरत!" तो म्हणाला. दोघं निघून गेले...

लग्नाची निमंत्रणपत्रिका त्यानं उघडून पाहिली आणि सगळं रक्त संतापानं उकळू लागलं... कारण पत्रिकेखाली निमंत्रक म्हणून थोरल्याचं नाव छापलेलं! 'माझी भाची सौ.कां. रतनताई इचा विवाह...' साल्या, तुजी भाची नि ताई काय? मग इतके दिवस तिला अंगाखाली झोपून मजा मारलीस, ती कशी? रतनचा बाप काय मेला होता, म्हणून त्या बदमाशांनी निमंत्रणपत्रिकेवर थोरल्याचं नाव छापावं? तिच्या बापाशी वितुष्ट होतं, तर संकेश्वरवाल्याचं छापायचं होतं? पण थोरल्याचं...? अरे, त्यानं तिचं काय बाकी ठेवलं? त्या साल्यानं तिला बटीक करून टाकली अन् जन्मातून उठविलं, आत्महत्या करायची वेळ आणली... आणि त्या नराधमाचं नाव त्या शुभपत्रिकेत? जगात अशी निमंत्रणपत्रिका कुणाची निघाली नसेल! तिचं लग्न व्हायचं आहे, तिचा अनेक वेळा उपभोग घेणाऱ्याचं नाव पालक म्हणून निमंत्रणपत्रिकेत नि त्या पापी माणसाकडूनच लग्नाला येण्याचं आवाहन... यासारखी क्रूर चेष्टा, क्रूर विडंबन जगातल्या कुणाच्या प्रेयसीची झाली नसेल!– विचार करूनच तो भोवंडून गेला... आता आपल्याला मरण यावं... जगावं असं काही... काहीच उरलं नाही...

दुपारी बाळाबाई भेटली. म्हणाली,

"रतन आलीय!"

"केव्हा?" क्षणभर काळजाचे ठोके थांबल्यासारखे वाटले...

"काल रात्री... हे तुला दिलंय तिनं!"

कागदाची छोटीशी सुरळी उलगडली नि म्हणाला,

“रुमाल? उगीच कशाला त्रास घेतला तिनं हा! बरं, आणखी काय म्हणाली?”

“म्हणालीय– लग्नाला येऊ नकोस, उगीच गैरसमज होऊन काय नाही ते होऊन बसेल... म्हणजे भांडण वगैरे...”

“सकाळीच तर संकेश्वरवाला आला होता... निमंत्रणपत्रिका देऊन गेला.”

“रतनच्या आईनंच त्याला पाठवून दिलं होतं. म्हणाली..., “तुम्ही सगळ्यांना आमंत्रणपत्रिका दिल्यात आणि त्यालाच का नाही? जा, देऊन या... आणि मग ते दोघं आलं होते...”

“तरीच! मलाही प्रश्न पडला होता– त्या हरामखोरांनी इकडे कशी काय वाकडी वाट केली?”

“बरं, चलते. रेशन आणायला चालले.”

दुसऱ्या दिवशी संध्याकाळचा गोरज मुहूर्त. लग्न व्यवस्थितपणे पार पडलं. तांदूळ पडल्यावर जेवणं झाली... पाहुणे निघून गेले. जाताना त्यांनी रतनलाही नेलं...

चौदा

पाच दिवस नांदून रतन परत आली. दुसऱ्या दिवशी निरोप आला,

"असशील तसा निघून ये– म्युनिसिपल बागेसमोर. आपण भेटू..."

ऐकताच तो निघाला... बागेसमोर येऊन थांबला...

चार-पाच मिनिटांतच रतन आली... हिरवं पातळ, हिरवा चुडा, कानांत फुलं, गळ्यात मंगळसूत्र अन् बोरमाळही...

महिना होऊन गेला, हिचं दर्शनही नव्हतं आणि आज... अशी... अचानक... भावनांचा कल्लोळ उठला...

अल्प वयात डोंगराएवढी दुःखं भोगलेली रतन तेव्हा किती वाळून गेली होती! पालीसारखा फिक्कट झालेला रंग, डोळ्यांखाली उमटलेली काळी अर्धवर्तुळं, ढोपराची काकणं कोपरापर्यंत येत असलेली... अशी रतन... डोळ्यांत जीव आणून जगणारी! पण, या महिन्याच्या कालावधीत ती खूपच सुधारलेली होती. माणसांत आली होती... लिंबागत रसरशीत झाली होती...

असं वाटत होतं, युगानुयगानं ही भेट होत्येय, किती युगं लोटलीत, काही हिशेब नाही...

जवळ येताच ती म्हणाली,

"चल, जाऊ..."

"कुठं, हायस्कूलकडे का?"

"नको. आपल्या पाळतीवर लोक आहेत..."

"मग कुठं जाऊया?" त्यानं विचारलं. आल्या आल्या सगळी सूत्रं तिनंच हाती घेतली आहेत; तेव्हा निर्णयही तिलाच घेऊ दे...

"दत्तमंदिरात जाऊ आपण..."

दत्तमंदिर! रतन शाळेला जात होती, तेव्हा तिथे आपण किती वेळा भेटलो होतो, भान हरपून बोललो होतो! वेळ कसा गेला समजत नव्हतं. काय बोललो ते आठवत नव्हतं... असे ते दिवस!

तेव्हा नि आता... आता नि तेव्हा... आपण समजत होतो ती रतन अन् आता आपणास समजलेली रतन... किती न् केवढा फरक!

पन्नास हजार लोकवस्तीचं शहर. दत्तमंदिर उत्तर भागात होतं आणि तिकडे दोघांना ओळखणारे लोक अभावानेच होते. त्यामुळे निर्धास्तपणे जाता येत होतं... दोघं जोडीने चालले होते... पाहणाऱ्यांना वाटावं, नवविवाहित जोडपंच चाललं आहे– ...चालता चालता त्यानं विचारलं,

"रतन, या अशा परिस्थितीत काय निमित्त सांगून बाहेर पडलीस गं? तुझ्या धाडसाने मी तर चकितच झालो बघ."

"मंडईसाठी म्हणून बाहेर पडले, सोबत लहान भाऊ होता. भाजीपाला घेऊन त्याच्याकडे दिला, नि सांगितलं, 'तू पुढे चल, मी जरा पाहुण्यांच्या घरी जाऊन येते.' तो गेला; आणि मी इकडे आले..."

"रतन, हे महादेवाचं देऊळ आलं पाहा; चल– आत जाऊन पाया पडून येऊ!"

"चल तर..."

गर्भागारात आल्यावर रतन म्हणाली,

"थांब, पाया पडते तुझ्या..."

तो थांबला... तिनं पायावर मस्तक ठेवलं... रतन, सुखी हो... आनंदी राहा... आजवर तू खूप सोसलंस... खूप खूप भोगलंस गं... ते दुःखाचे दिवस सरले, संपले... आताचे हे सुखाचे दिवस असेच टिकून राहोत...

...मनात असं कितीतरी भिरभिरलं... पाया पडून तिनं मान वर केली; तसं त्यानं विचारलं,

"रतन, लग्नात कुणाकुणाच्या पाया पडलीस गं?"

"कुणाच्याही नाही... नवऱ्याने मात्र सर्वांचे पाय धरले; मी मात्र तशीच उभी राहिले..."

शाब्बास रतन... तुझ्याकडून अशीच अपेक्षा होती... अशीच तेजस्वी बन. स्वाभिमानी राहा, अशीच वाग...या रामूला तुझा अभिमान वाटत राहिला पाहिजे... ती तुझी माणसं, ते तुझे नातेवाईक... त्यांच्या

पाया पडून आशीर्वाद मागावा, इतकी त्यांची लायकी नव्हती, साता जन्माच्या वैऱ्यासारखे तुझ्याशी सर्वजण वागले... अपराध तुझा काहीच नव्हता, तुझी काहीही चूक नव्हती. तुझ्या अल्पबुद्धीचा फायदा घेऊन अगदी कोवळ्या वयात बटकीची कळा त्या भाडखाऊंनी तुला आणली... रामू नावाचा डोंगराएवढ्या काळजाचा कुणी माणूस तुझ्या आयुष्यात न येता, तर स्वत:च्या विचित्र आयुष्याचा विचार करूनकरूनच तू आत्महत्या करायला प्रवृत्त झाली असतीस... आणि त्या वेळी जगही असंच म्हणालं असतं, की या पोरीचा पाय घसरला असला पाहिजे आणि अब्रूला भिऊन हिने आत्मघात... मनात असं काय काय येऊन गेलं...

दोघं बाहेर पडून चालू लागले; तशी तीच म्हणाली,

"तुझे वडील आले होते अक्षतांच्यावेळी... त्यांना पाहून मला फार फार बरं वाटलं... समाधान वाटलं... तू नाही येईनास, तुझे वडील तर आले लग्नाला..."

"मी पण येत होतो गं, पण मित्रांनी अडविलं..."

"ते पण बरोबरच होतं घे..."

"तुला वधूच्या पोषाखात एकदा पाहावी, अशी खूप इच्छा होती गं माझी..."

"मनातल्या सगळ्याच इच्छा पूर्ण झाल्या असत्या, तर मग कशाला! पण तसं घडत नाही... घडणंही नाही..." आणि रतन म्हणाली, "अक्षता पडल्यावर बंडूमामा घरात जाऊन रडत बसला होता..."

"का? त्याला कसा बुवा एवढा उमाळा आला?"

"रतनच्या लग्नात माझंही लग्न होऊन गेलं नसतं का?– म्हणून त्यानं गळा काढला होता..."

"बघितलंस, काय लायकीचा माणूस आहे बंड्या! लग्न होऊन तुझं भलं होतंय, याचा आनंद त्या बदमाशाला वाटत नव्हता; तर आपलं लग्न ठरून रतनच्या लग्नाच्या खर्चातच ते आटोपलं नाही, म्हणून दु:ख वाटत होतं, नि षंढासारखा रडत होता! रतन, तो बंड्या पुढे-मागे केव्हा लग्न करून घेईल ना, तेव्हा लग्नात प्रेझेंट म्हणून मी त्याला बांगड्या दोन डझन देणार अन् सोबत एक चिठ्ठीही– 'या बांगड्या हातात भरून जोगता हो नि जोगवा मागत गल्लीतून फिर... तीच तुझी लायकी... पुरुष म्हणून जगण्याचा तुला काहीच हक्क नाही!' मला

आश्चर्य वाटतंय रतन– हा माणूस इतका शेणामेणाचा कसा?''

तिथून जवळच दत्तमंदिर... आत शिरताच तो म्हणाला,

''किती वर्षांनी आपण इथे आलोत गं!''

''एक वर्ष तर उलटून गेलं... नाही?''

''पण खूप खूप वर्षं होऊन गेलीत, असं वाटतंय पाहा!''

एखाद्या राजवाड्यासारखं टोलेजंग दत्तमंदिर. दत्तमूर्ती व गर्भागार पूर्णत: संगमरवरी... भोवताली प्रदक्षिणा घालण्यासाठी बोळकुंडी... बोळकुंडीतील ती परिचित खिडकी, गज वगैरे नसलेली... पूर्वी इथं आल्यावर दोघं त्या खिडकीत बसत असत... खिडकीतून समोर भलंमोठं पटांगण अन् त्याच्या सीमेवर ब्राह्मणांची तीन घरं दिसत– त्यांतील दोहोंची दारं नेहमी पुढे लोटलेली असायची, आणि एका घराचं दार उघडं असलं, तरी बाहेर कधी कुणी दिसायचं नाही... या मंदिरात भक्तांची वर्दळही कधी विशेष नसायची; कारण भोवताली गुजर व मुसलमान लोकांचीच प्रामुख्याने वस्ती होती... बालकमंदिरासाठीच देवळाचा मुख्यत: उपयोग केला जात होता... शाळा भरण्यापूर्वी व सुटल्यानंतर देऊळ रिकामंच असायचं, त्यामुळे इथे येऊन निवांतपणे बोलत बसता येई...

पुजारी पूजा करण्यात मग्न झाला होता... बाकी मंदिरात कुणी नव्हतं... दत्ताच्या पाया पडून दोघं खिडकीजवळ आली... तो खिडकीत बसला आणि ती भिंतीशी टेकून उभी राहिली... काही क्षण विचित्र स्तब्धतेत गेले. अस्वस्थपणे पदराचं टोक बोटांशी गुंडाळत... उलगडत ती राहिली; अन् मग आपण होऊन बोलू लागली.

''माझं लग्न झालं, शेवटी सगळं चांगलं झालं; आता तू माझी काळजी सोड... येथून पुढं तू तुझी प्रकृती सुधारायची बघ... तू स्वत:ची काळजी घे. पाहा, किती वाळून गेला आहेस!''

''रतन, माझं आता हे असंच व्हायचं... असंच वाळत जाऊन संपून जायचं एके दिवशी... आता केवळ मरणाची वाट पाहायची, रतन; आता केवळ मरणाचीच वाट पाहत दिवस काढायचे...''

''तूच असा डोळ्यांत पाणी भरत राहिलास, तर मी काही जगत नाही! गप्प... शांत हो रामू. तू आहेस म्हणून तर मी जगले आहे आणि आता तूच असा करू लागलास, तर मी कशाला जगायचं?''

“रतन, माझं मलाच समजेनासं झालंय– मला काय होतं आहे ते! गेले पाच-सहा दिवस मी कुठल्या कुठल्या अवस्थेतून गेलोय म्हणून सांगू! रतन, माझी किती स्वप्नं होती... माझ्या किती उड्या होत्या गं... आपण किती जवळ आलो होतो रतन, आणि... आणि आता किती दूर फेकलो गेलो... किती जवळ नि किती दूर...”

“तू असाच जिवाला लावून घेत राहणार असशील, तर मी नांदायलाच जात नाही! मी तुझ्याजवळच राहीन; मग जग काहीही म्हणो! तुला दुःखी करून मी सुखी कशी होऊ? ते माझ्या हातून कधीही व्हायचं नाही!”

“नाही रतन, तसं नाही! तू माझ्याजवळ राहणं म्हणजे बेअब्रूची जिंदगी जगणं... माझ्या सुखासाठी तुझी बेअब्रू करणं माझ्याही हातून कदापि व्हायचं नाही!”

“इतका सर्व विचार केला आहेस; तरीही... तरीही असं का?”

“विचार खूप केला आहे रतन मी... तरी केव्हा केव्हा मनावरचा ताबा सुटतोय गं... आताही अश्रूंचा बांध आवरू शकलो नाही...”

“मला वचन दे– 'तुझा विचार करणार नाही,' म्हणून...”

“वेडे, कसं वचन देऊ तुला? झाडाची सावली पडणं जसं स्वाभाविक आहे; तसंच तुझा विचार मनात येणंही...”

“मग असाच विचार करून जिवाला लावून घेत राहणार तर?”

“उगीच अशा पराण्या देत राहू नकोस... त्याचा काही उपयोग आहे का? तरी पण रतन, तू सांगशील तसं वागण्याचा प्रयत्न करीन...”

“तर पहिली गोष्ट– माझा विचार सोड; दुसरी गोष्ट– स्वतःच्या प्रकृतीची काळजी घे. पोटभर जेवत जा. शांतपणे झोप घेत जा...”

तिचा हा आजीबाईसारखा उपदेश ऐकून त्याच्या चेहऱ्यावर स्मितरेषा उमटली. म्हणाला,

“लग्न झाल्यापासून तू खूप मोठी झाल्यासारखी वाटतेस बघ... आणि मी मात्र आहे तेथेच व तसाच आहे... तुझ्या बोलण्यावरून तर हे फारच जाणवलं... तरीही रतन, मी तुझे शब्द लक्षात ठेवीन.”

“हेच सांगायला आले होते... आता जाते. खूप वेळ झाला...”

“आता पुन्हा कधी भेट व्हायची, रतन?”

“दोन दिवसांनी मी परत सासरी जाणार... पण भेटता येईलसं वाटत नाही. घरच्या माणसांचा पहारा, गल्लीतील लोकांची पाळत... त्यातून सुटणं कठीण दिसतंय मला तरी...”

“मग, हीच शेवटची भेट का?”

“वेड्या, कायमची थोडीच जाणार आहे तिकडे? आषाढ पाळण्यासाठी आठवड्याभराने यावंच लागणार आहे इकडं... त्या वेळी चांगली महिनाभर राहणार आहे इकडं... तेव्हा आपण भेटूच...” आणि थेट डोळ्यांत पाहत बोलली, “बरं, जाते आता... मी गेल्यानंतर तू बाहेर पड... चुकून कुणी पाहिलं, तर ओरड नको आणखी...”

“बरं, जशी तुजी इच्छा...”

नजरेतली गुंतवण सुटली, अन् तिने पाठ फिरविली, नि झरझर पावले टाकीत चालू झाली...

चालताना ती डोळे निपटत गेली का? तसंच वाटलं... आतापर्यंत स्वत:चे कढ आवरून तिने आपणास धीर दिला नि जाताना अश्रू ढाळीत गेली? आता घरी जाऊन ढसढसा रडेल... होय, नक्कीच... स्वयंपाकघरातील त्या कोंदट खोलीत एकटीच सुन्नपणे बसून राहील... स्वत:शीच स्वत:च्या आयुष्याचा विचार करीत... लग्न झालं, बरं झालं; पण नवरा तिला पसंत नाही. तो तिच्या रूपाला साजेसा नाही... पाहिलेले लोक सांगत होते– तो तिच्याहून गिड्डा आहे, काळा आहे, ढोबळाही. दहाजणांसारखा नव्हे, तर दहाजणांहूनही सामान्य... अशा नावडत्या माणसाबरोबर संसार करायला लावून सगळ्यांनी तिचा बळी दिला का? आपल्या भावी पतीबद्दल तिच्या काही कल्पना, काही स्वप्नं नव्हती का? एकदा आपण यासंबंधी विचारलं, तर पटकन् म्हणाली,

“नवरा तुझ्यासारखा असावा... खरंच, तुझं जर लग्न ठरलं नसतं, तर मी तुलाच करून घेतलं असतं बघ!”

...किती न् कोणतं कोणतं आठवत होतं... सगळ्या आठवणी गोळा होत होत्या... पिंगा घालत होत्या...

...एक सुस्कारा सोडून तो उठला...

पंधरा

आठवडा उलटला... आणि एका उमलत्या दुपारी ती आली. अचानक. अकस्मात. आज भेटेल, कल्पनाही नव्हती...

आल्या आल्या तिनं वर्तमानपत्राच्या कागदाची एक सुरळी त्याच्या हाती देत म्हटलं,

"हं, हे घे!"

"काय आणलंस हे रतन?"

"शिदोरी. पोळ्या आहेत, सोजीच्या. खा ना. पुडी सोडून..."

"नंतर मी खाईन घे. प्रथम हे सांग– केव्हा आलीस? सकाळी?"

"सकाळी कुठली? मघा तर आलेय... घरी कुणी नाही. आजी-मावशी कामाला गेल्या आहेत. बंडूमामा व सूर्यकांतदादा कामासाठी बेळगावला गेलेत, तेव्हा विचार केला, तुला तरी भेटून यावं... पाच सुवासिनी बोलवून आणून अजूनीही शिदोरी सोडायची आहे; पण मीच मुहूर्त केला– शिदोरी सोडून तुझ्यासाठी पोळ्या घेतल्या. परत शिदोरी जशी न् तशी बांधली अन् इकडे आले..."

"चल, आत चल– बोलू पोटभर. इथं बाहेर नको. लोक आताच टवकारून पाहायला लागलेत!"

गॅरेजच्या पिछाडीची खोली. अडगळ... कंडम् झालेले स्पेअर पार्ट्स जागा मिळेल तिथे टाकलेले... जुन्या नटबोल्ट्सचं एक खोकं बाजूचा कोपरा अडवून बसलेलं. दुसऱ्या कोपऱ्यात फाटक्या टायर्सची उतरंड. इंजिन ओव्हर ऑइलिंगच्या वेळी काढलेली हेडगॅसकेटं कुडाच्या खोबणीत खोवलेली, तसेच, फाटक्या इन्नरीही लोंबकळत असलेल्या... दुंडाप्पा

आण्णाची अठ्ठेचाळीस मॉडेल शोव्हरलेट कार बॉडीच्या कामाला भिमू लोहाराच्यात सोडलेली; भिमूनं आतल्या गाद्या रामूच्यातच काढून ठेवलेल्या; कारण त्याच्या गॅरेजमध्ये आधीच दाटन झाली होती. त्यात ही भर नको. रामूनं ओव्हरऑइल करण्यासाठी इंजन उतरलं होतं; त्यामुळं झक्कत त्या गाद्या ठेवून घ्याव्या लागल्या होत्या... पण, त्या तशा ठेवून घेतल्या, ते आता योग्यच वाटू लागलं... रतनला बसायला तरी जागा झाली... नाहीतर हे तेलाचे जिथे-तिथे डाग पडलेले, धूळ नि कचरा तर आहेच; रतन कुठे बसली असती?

खोलीत येताच गादीकडे बोट दाखवून म्हणाला, "बैस, रतन."

रतन बसली; तसा तोही टायरीच्या उतरंडीवर बसला; अन् म्हणाला,

"काय म्हणतंय सासर? तिथली माणसं कशी काय आहेत? चांगली वागतात ना तुझ्याशी? मला तर सगळी उत्सुकताच लागून गेलीय बघ... सांग मला सगळं– रतन, तू आतातरी सुखी आहेस ना? आनंदी आहेस ना? तुला किती प्रश्न विचारू न् किती नको, असं झालंय मला!" आणि काही आठवून त्यानं विचारलं, "देवाला वगैरे जाऊन आलात ना?"

"हो. काळभैरी–वाळभैरी झाला. जोतिबाही..."

"मग रतन, नवऱ्याशी संबंध आला की नाही अजून?" मनावर मणाचेच दगड रचित त्यानं विचारलं.

ऐकताच ती लाज लाज लाजली.. आपल्यामध्येच चूर होऊन गेली... त्याच्या हळव्या मन:स्थितीची कल्पनाच तिच्या मनाला स्पर्शली नाही.

आणि खोल खोल गर्तेत कोसळणाऱ्या माणसाच्या आवाजात त्यानं पुन्हा विचारलं,

"सांग ना रतन, संबंध आला की नाही?" जणू हा त्याच्या जीवन-मरणाचा प्रश्न होता...

"तुझं एक काहीतरीच असतंय बघ, रामू... त्यात काय सांगायचं बाई आता?" आणि गादीच्या कोचिंगवरचा गोट दोन बोटांच्या चिमटीत धरून तिने ओढल्यासारखा केला...

तिची ती अभावित कृती पाहत तो म्हणाला,

"माझ्यापासून आजवर काहीही लपवून ठेवलं नाहीस, रतन आणि

आता हे सांगितलंस तर असं काय बिघडणार आहे?''

कोचिंगच्या नक्षीवर तळवा फिरवीत ती क्षणकाल स्तब्ध राहिली; मग पुटपुटली,

''आलाय...''

एकच शब्द; पण ऐकताच त्याला वाटलं– झालं, संपलं. आपल्याला आता मरण यावं! जिच्यावर आपण जिवापाड प्रेम केलं, तिचा दोन पुरुषांनी उपभोग घेतला आणि हे तिच्याचकडून आपणास समजावं! किती चमत्कारिक! किती विचित्र!

''किती वेळा?'' त्या परिस्थितीत हा आणखी एक विचित्र व वेडगळ प्रश्न त्याच्या तोंडून बाहेर पडला... अर्थात हा हिशेबही आता मूर्खपणाचाच होता! संबंध आलाय म्हटल्यावर पुन:पुन्हा येणं हे तर स्वाभाविकच होतं. नवरा-बायकोचं नातं. त्यात गैरही काही नव्हतं... पण...

''एकदा...'' आणि ती म्हणाली, ''मला नवरा आवडत नाही...''

''का?''

माझी त्याला कसली ती काळजी नाही... बेळगावला आम्ही पाच दिवस होतो, तेव्हा तीन दिवस आजारीच पडले होते; पण त्यानं एका शब्दानेही मला विचारलं नाही!''

''अगं नवीन आहे, चालायचंच! पुढं पुढं ओढ वाढेल, प्रेम वाटेल– वाढेलही...''

''लोक म्हणतात, मला नवरा शोभून दिसत नाही...''

''लोकांचं राहू दे. दहा लोक दहा तोंडांनं बोलायचेच. ते काय मनावर घ्यायचं? संसार त्यांना नव्हे, तुला करावयाचा आहे... तुला काय वाटतं, हे महत्त्वाचं...''

''मला पण तसंच वाटतं... तू पाहिलं आहेस त्याला?''

''नाही बुवा...''

''तो गिड्डा आहे. काळा न् ढोबळाही... मला मुळीच आवडला नाही... मध्ये एकदा बोलता बोलता सहज मला म्हणाला, ''या वर्षी मी लग्नच करून घेणार नव्हतो; पण घरच्या मंडळींपुढे नाइलाज झाला!'' का कोणास ठाऊक, ते ऐकून मला रागच आला. म्हणाले, 'एवढी बळजबरी झाली असेल, तर घटस्फोट द्या मला!' यावर मग हसून

म्हणतोय कसा, 'तुला घटस्फोट दिला, तर तुझ्यासारखी सुंदर बायको परत मला मिळेल तरी का?' त्याला पाहून मला तर रागच येतोय बघ. चोरासारखा हळूच मागून येतो आणि पाठीला चिमटा काढतो, केव्हा चावतोही...''

आपल्यामध्ये मग्नशी ती बोलत होती आणि ऐकता ऐकता तो हजार मरणे भोगत होता...

''...तिथं कामातून सवड मिळाली की रिकाम्या मनात नेमका तुझाच विचार येतो, मग मला काही सुचत नाही. परसदारी बेलाचं एक झाड आहे, तिथे मग मी जाते आणि बुंध्याला पाठ टेकून एकटीच बसते– विचार करीत... त्या वेळी माझ्या मनात किती न् कसले कसले विचार येतात, म्हणून सांगू? मला न आवडणाऱ्या माणसाबरोबर संसार करावयाची शिक्षा घरच्यांनी दिली बघ!'' आणि सुस्कारून ती म्हणाली, ''रामू, तुझ्या गॅरेजमध्ये मला रहाण्यापुरतीही जागा नाही का? त्या कोपऱ्यात चूल घालीन. इथं उतरंड, तिथे आडदाणी, त्या उजव्या मेढीला देवाचा मखर. बस्स. मला आणखी काय हवंय! इथे राहीन अन् तुला डोळे भरून पाहत जन्म काढीन...' आणि स्वप्नातून जागं व्हावं, तशी ती बोलली, ''खरंच रामू, आता तू त्या गल्लीत नाहीस; तिथे जायला, राहायला मला मन होत नाही रे...''

''रतन, तुझ्या न् माझ्याही मनात खूप काही असेल; पण ते सर्व आता तुझ्या-माझ्यापुरतंच मर्यादित राहिलेलं नाही... आपण आपल्या इच्छांनुसार वागू लागलो, तर तिकडे तुझ्या पतीची बेअब्रू होईल, तो माणसांतून उठेल... माझं लग्न होऊन तर आठवडादेखील उलटला नाही अजून; माझ्या पत्नीच्या मनावर काय परिणाम होईल, त्याचाही विचार करायला हवा, नाही का? खरंच रतन, तुझ्याशी संसार करावा, अशी फार फार इच्छा होती, बघ माझी... कितीतरी वेळी असं मनात आलं की, आपली वेळ फिरली, आपल्याच माणसांनी आपणाकडे पाठ फिरविली, तेव्हा केवळ रतनच आपल्या बाजूने उभी राहिली... ती, तिचं चारित्र्य, तिचं आयुष्य कसंही असो; पण त्या आपल्या संकटकाळी तिनं आपणाला धीर दिला आणि सांगितलं, 'रामू, मी तुझ्याच बाजूने साक्ष देणार आहे...' तेव्हा वाटलं, या इतक्या मोठ्या जगात आपण अगदीच एकाकी पडलो नाही, निदान एक तरी माणूस आपल्या बाजूचं,

आपलं म्हणणारं आहे! तेव्हा अशी एक सणक मस्तकात उसळी मारायची– झुगारून द्यावीत ही बंधनं, ही कुचकामी नाती आणि त्याच एका आपल्या माणसाचा हात धरून कुठंतरी निघून जावं! मग मनात विचार यावयाचा– आपण असे वागलो, तर त्याची शिक्षा आपल्या वाग्दत्त वधूला भोगावी लागणार... आणि त्या बिचारीचा काय अपराध? केवळ आपल्या सुखासाठी तिला आयुष्यातून उठवायची का? रतन, केवळ याच एका विचाराने त्या वेळी मी मनाला आवर घातला... अन् तशाच विचाराने आताही घालायला हवा... रतन, आता असंच समजत राहायचं की, आपण एकमेकांसाठी जन्मलोच नव्हतो...''

बोलण्यात असाच कितीतरी वेळ निघून गेला... दोघांनाही भान नव्हतं... मग केव्हातरी ती म्हणाली,

''बरंय, चलते आता. खूप वेळ झाला...''

''जाणार? थांब तर थोडी, चहा मागवितो...''

''मी हॉटेलमधील चहा पीत नाही...''

''अरेच्याऽ का पण?''

''प्यावासा वाटत नाही...,'' आणि म्हणाली, ''बरं, जाऊ आता...?''

''जा तर, येत चल वरचेवर... फुरसत मिळेल तशी... इथे आहेस तोवर तुझ्याशी... पोटभर बोलेन... तुला डोळेभर पाहीन...''

''पाहते– कसं जमेल तसं... मलाही खूप ओढ आहे; पण सगळी अवधानंही सांभाळायला हवीत... बरं, येते तर...'' आणि ती उठली...

सोळा

तो महिना किती भरभर निघून गेला! या अवधीत दोघांच्या किती वेळा भेटी झाल्या, त्या भेटीत काय-काय नि कोणतं कोणतं बोलणं झालं– कशाचंच भान नव्हतं... नंतर ते आठवू म्हटलं, तरी आठवत नव्हतं...

अशीच एके दिवशी ती आली नि म्हणाली,

"आज दीर बोलवायला आलाय, उद्या मला जावं लागणार..."

"उद्या? महिना झाला? किती लवकर महिना झाला गं!"

"उद्या साडे अकराच्या गाडीनं मी जाणार आहे..."

"गेल्यावर पत्र वगैरे पाठवून खुशाली कळव. कळविशील ना?"

"त्या भरल्या घरात कुठलं लिहायला जमेल? नवऱ्याबरोबर बेळगावला राहू लागेन तेव्हा जमलं तर जमलं..."

"तोवर तुझ्या काळजीनं इकडं निम्मा होतो मी... मी तर डोळ्यांत जीव आणून तुझ्या पत्राची वाट पाहीन बघ... इथे मी होतो, चुकलं–सवरलं तुला सांगत होतो... जगातल्या या बऱ्या-वाईट लोकांशी कशी टक्कर द्यावी ते शिकवीत होतो... आता तिकडे तुला कोण सांगणार? कोण सांभाळून–सावरून घेणार? मला अशी सगळी काळजी वाटते, रतन... तुझी सासरची माणसे, तुझा नवरा– ही नवी नाती, नवी माणसं... यांना तू इथे कुठल्या परिस्थितीत दिवस काढलेस याची काय कल्पना असणार? अशी सगळी मलाच काळजी वाटत्येय बघ... तर रतन, पत्र पाठव. तेवढाच मला दिलासा मिळू दे, तुझी खबरबात कळू दे...

तुझं पत्र येईपर्यंत तुझ्या या फोटोकडे पाहतच दिवस काढायची पाळी आहे... मला पुढलं सगळं आताच दिसू लागलंय रतन; माझा जन्म हा असाच जाणार आहे, तुझ्या फोटोकडे पाहत, तुझ्या आठवणी काढीत...

तो भडाभडा सगळं बोलत होता, मन हलकं करीत होता; आणि तिनं मात्र एवढं कुठलं बळ आणलं होतं कोणास ठाऊक; ती शांत होती, स्थिर होती...

...आणि मग शेवटी केव्हातरी म्हणाली,

"बरं, चलते आता. उद्या भेटायला जमेल न जमेल, तेव्हा ही शेवटचीच भेट. थांब, जाण्यापूर्वी तुझ्या पाया पडते. अरे, तुझ्या डोळ्यांत पाणी! शांत हो रामू, मनाला आवर..."

"तू निघालीस की माझी अशीच अवस्था होत्येय गं..."

"तू असा डोळे भरीत राहिलास, तर माझा येथून पाय तरी उचलेल का?"

"रतन, माणूस काय ठरवितो, आणि काय घडत असतं बघ!" आणि मग हळवं मन काबूत ठेवीत तो म्हणाला, "रतन, तू आता निघालीस. पुन्हा आपली भेट केव्हा होत्येय कोणास ठाऊक; पण एक गोष्ट सांगतो, नीट लक्षात ठेव– तुझ्या आजवरच्या चारित्र्यासंबंधी किंवा तुझ्या-माझ्या प्रेमासंबंधी सासरच्या लोकांना काही समजलं आणि त्यांनी तुला त्रास द्यावयास सुरुवात केली किंवा जगणं नकोसं करून टाकलं तर जिवाचं काही बरंवाईट करून घेऊ नकोस; तेव्हा हा रामू इथं जिवंत आहे, हे विसरू नको आणि तसं काही झालं, तर सरळ एस.टी. पकड अन् इथं माझ्याजवळ ये. मग पुढचा विचार आपण करू. वेळ कशीही आली, तरी आत्महत्येचा विचारही मनात आणायचा नाही; माझी शपथ आहे! एवढं नि इतकंच माझं सांगणं आहे शेवटी!"

तिनं नजर शून्यात रोखलेली... तिच्या मनात कसलं वादळ घोंगावत होतं, अन् ती काय नि कसला विचार करीत होती, काहीच समजत नव्हतं...

फक्त एवढंच ती म्हणाली, "मी तुझे शब्द विसरणार नाही... बरं, येते तर..."

आणि झर्रकन् वळली. चालू लागली...

स्वत:चं काळीजच तुटतंय, असं त्याला वाटलं. राहावलं नाही;

तोंडातून शब्द निसटले, "गेल्याबरोबर पत्र पाठव... मी वाट पाहतो..."

ती क्षणकाल थांबली; मान वळवून म्हणाली,

"पाहते. प्रयत्न करते..."

अन् मग ती झरझर चालू लागली... पेट्रोलपंपावरील कोपऱ्यावर वळून ती दिसेनाशी होईपर्यंत तिच्या पाठमोऱ्या आकृतीकडे तो पाहत राहिला... आणि मग निराशेनं त्याला घेरून टाकलं- वाटू लागलं- सगळ्या जगावरचा रंग उडून गेलाय... दोरा तुटलेल्या पतंगासारखं जगाच्या या विशाल आकाशात आपण आता एकटे... एकाकी...

सतरा

चार दिवस निघून गेले आणि पाचव्या दिवशी गल्लीतील बाळाबाई आली.

"फार दिवसांनी आलात– बाळामावशी?"

"तुलाच भेटायचं होतं... रतनकडलं काही समजलं का?"

"नाही बुवा! काही विशेष...?" जीव उगीच चक्रावर घातल्यासारखा झाला...

"रतनचं पत्र सापडलं सासऱ्याला..."

"पत्र! काय म्हणता काय?"

"होय. तिनं पत्र लिहून धाकट्या दिराकडं दिलं होतं पोस्टात टाकायला, ते सासऱ्यानं पाहिलं. संशयानं त्यानं पोस्टात टाकलेलं पत्र आणवून घतलं. खेड्यातलं पोस्ट. मास्तरनंही पत्र दिलं... पत्र वाचून सासरा भडकला. हे असं असं झालं म्हणून त्यानं कळविलं, नि संकेश्वरच्या मावळ्याला पाठवून द्या, म्हणून निरोप पाठवला... इकडून म्हातारी जाऊन आली; बंडू जाऊन आला; पण सासऱ्याचा एकच ठेका आहे– संकेश्वरवाल्याला पाठवून द्या. त्यानंच हे लग्न ठरविलंय, करून दिलंय. त्यालाच काय ते सांगतो... आता काय होतंय कोणास ठाऊक बाबा! सगळं सुरळीतपणे पार पडलं होतं आणि शेवटी हे असं झालं... त्या बिचारीनं तरी थोडे दिवस गप्प बसायचं होतं! गौरी-गणपतीला गावाकडून आई येऊन बोलावून घेऊन जाणार होती, तेव्हा तिकडं गेल्यावर हिनं तुला पत्र लिहायचं होतं! आता हे काय होऊन बसलं बघ!"

ऐकताऐकताच मस्तक सुन्न-बधिर होऊन गेलं. बाळाबाई केव्हा निघून गेली, तेही समजलं नाही... मनाला एक वेगळीच काळजी लागून

राहिली... आपलंही चुकलंच. आपण रतनला तसं सांगायला नको होतं. ती नववधू... नव्यानंच सासरी नांदणारी. पत्र लिहिताना पकडली गेली, तर त्याचा काय परिणाम होईल, याचा विचार करायला हवा होता...

पण, आता असे विचार मनात येऊन काही उपयोग नव्हता. घडलेलं घडून गेलं होतं. आता पुढे काय नि कसं, याचा विचार करायला हवा होता... रतनच्या मनात काय नाही नाही ते विचार येत असतील... ती स्वत:ला खूप त्रास करून घेत असेल... तिथं ती एकटी, एकाकी. सासरच्या माणसांना कशी नि कुठल्या बळाने टक्कर देत असेल? प्रश्न पडत होता. पायतिडे बसवीत होता... आपण हत्तरगीला गेलो तर? तर आणखीनच बिघडेल? उलट रतनलाच त्रास होईल?

काही कळत नव्हतं. कसं वागावं, तेही समजत नव्हतं... आपण काही पाऊल उचलावं, तर त्याचे परिणाम आपल्या पत्नीला भोगावे लागणार आहेत... तिचीही काही स्वप्नं, आकांक्षा, इच्छा...

तिला सर्व काही सांगितलं पाहिजे. आजच... आताच... तिकडे रतन कुठल्या कुठल्या दिव्यांतून जात असेल! वेळ दवडून उपयोगी नाही...

...पत्नीनं सगळं ऐकून घेतलं आणि उरी फुटल्यासारखी एकदम ती रडूच लागली...

काही क्षण स्तब्धतेत गोठले...

आणि मग कढ ओसरल्यावर ती म्हणाली,

"सगळं जग बदलेल; पण तुम्ही बदलायचे नाहीत, असा माझा विश्वास होता; पण..."

"मी बदललो नाही शालन. मी तुझा न् केवळ तुझाच आहे... माझ्या जागी तू असतीस, तर काय केलं असतंस? मी स्वत:च आता गोंधळून गेलोय, शालन. सगळीकडं अंधार पसरल्यासारखा झालाय. मला रस्ता दाखव. सांग मला, मी आता कशा प्रकारे वागू? समज, सगळीकडला आसरा तुटला आणि रतन माझ्या दारी आली, तर मी कसं वागणं चांगलं?"

"माणुसकीनं जे योग्य वाटेल, तसे वागा. यापेक्षा मी जास्त काय सांगू?"

"शालन, तुझ्याकडून मला अशाच उत्तराची अपेक्षा होती बघ. आता मला किती धीर आला म्हणून सांगू!"

"आणखी एक– या प्रकरणात तुम्हाला माझी अडचण वाटत असेल, तर तुमच्या आयुष्यातून मला दूर सारलंत तरी हरकत..."

"नाही, नाही शालन. तसं नाही... तशा प्रकारचं मी कधी स्वप्नातही चिंतलं नाही! मला तू तर हवीच आहेस; पण तिचंही जीवन उद्ध्वस्त होऊ नये, असं वाटतं... आणि त्यासाठी मी काही केलं, तर ते चूक होणार नाही... पाप तर नाहीच नाही..."

पत्नीने अशी वाट मोकळी केल्यावर त्याला खूप खूप बरं वाटलं... एक नवं बळ चढल्यासारखं झालं...

त्याच एका कैफामध्ये तो बाळाबाईला भेटायला गेला...

"बाळामावशी, तुमचा एक सल्ला विचारावा, म्हणून मी भेटावयाला आलोय. रतनच्या सासरी जावं नि तिची गाठ घ्यावी, असा मी विचार केलाय... बिचारी कुठल्या संकटात व कसल्या परिस्थितीत असेल कोणास ठाऊक!"

"रामू, आता फार उशीर झाला रे...! फार फार उशीर झाला. सकाळीच रतननं ती ढेकणाच्या औषधाची बाटली पिऊन आत्महत्या केली... तासापूर्वीच इथं तार आली आणि इथली सगळी टॅक्सीनं हत्तरगीला निघून गेली!"

ऐकताच सगळं जग भोवताली गर्रकन् फिरल्याचा त्याला भास झाला... बाजूच्या मेढीचा आधार घेत बळ एकवटून तो म्हणाला,

"पण बाळामावशी... मी तर... मी तर जाताना तिला सांगितलं होतं..." आणि अश्रूंच्या पडद्याआड बाळामावशीही दिसेना...

"तू काय सांगितलं होतंस, ते मला माहीत आहे, रामू. जाण्यापूर्वी रतननं ते सर्व सांगितलं होतं मला... पण, वेड्या पोरा, तुला इतकंही कसं समजलं नाही– तिलाही तिचं काही मत असेल, तिचेही काही विचार असतील... ती तुझ्याकडे आश्रय मागायला येऊन तुला कशाला संकटात लोटेल? तू तुझा मार्ग आखून तयार होतास; पण तिनं तिचा मार्ग निवडला... तेच तिच्या मनाला योग्य वाटलं, आणि ती त्या मार्गावरून निघून गेली..." आणि बाळाबाईनं त्याच्या खांद्यावर पंजा ठेवून थोपटल्यासारखं केलं... असं मूक सांत्वन करून ती म्हणाली,

“पोरा, अशा वेळी मी तुझं सांत्वन करायला हवं खरं तर; पण तू त्याही पलीकडे पोहोचला आहेस; म्हणूनच स्पष्ट बोलते– तू काय किंवा तिच्या घरची माणसं काय– तुम्ही सगळ्यांनीच त्या दुर्दैवी पोरीचा बळी घेतलात रे... रामू, ती आत्महत्या नव्हे, तर तो बळी आहे रे, बळी! माणसांनी माणसाचा घेतलेला बळी!”

◆